జ్ఞాపకాల పొరల్లో

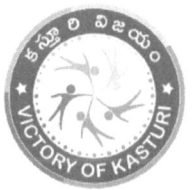

కస్తూరి విజయం
VICTORY OF KASTURI

ఆకుల రఘురామయ్య

ALL RIGHTS RESERVED

All rights reserved. No part of this publication may be reproduced, stored in, or introduced into a retrieval system, or transmitted, in any form by any means may it be electronically, mechanical, optical, chemical, manual, photocopying, or recording without prior written permission of the Publisher/ Author.

Gnapakala Porallo
of
Akula RaghuRamaiah

Akula RaghuRamaiah
S/O Akula Sathyamaiah
19-1-196, OldTown, 515005
Vinayaka Nagar, Anantapuramu, AP
email: raghuramaiah32@gmail.com
Cell: 8639348188, WhatsApp: 9866714551

Copy Right: Akula RaghuRamaiah

Published By: Kasturi Vijayam
Published on: Feb-2024

ISBN (Paperback): 978-81-966116-9-9

Print On Demand

Ph:0091-9515054998
Email: Kasturivijayam@gmail.com

Book Available
@
Amazon(Worldwide), flipkart

అంకితం

మా నాయనమ్మ
కీ.శే. శ్రీమతి ఆకుల లక్ష్మమ్మ
జననం : 1910
మరణం : 09-12-1982

మా తాతయ్య
కీ.శే. శ్రీ ఆకుల బలిజ రంగప్ప

మరణం : 13-11-1983

పి. విజయ బాబు, ఎల్.ఎల్.ఎమ్ (కాన్.లా),
ఎమ్.ఏ (తెలుగు), ఎమ్.ఏ.(పాలిటిక్స్), ఎమ్.యస్సి.(సైకాలజీ),
పి.జి.డి.సి.జె., పి.జి. డిప్లమా ఇన్ ఆర్.టి.ఐ. & కామన్ లాస్
అధ్యక్షులు
ఆంధ్రప్రదేశ్ అధికార భాషా సంఘం &
ఎక్స్‌అఫీషియో అధ్యక్షులు
తెలుగు భాషా అభివృద్ధి ప్రాధికార సంస్థ
క్యాబినెట్ హోదా
ఆంధ్రప్రదేశ్ ప్రభుత్వం

కార్యాలయం: ఫ్లాట్ నెం. 201, ప్రైమ్ హిల్ క్రెస్ట్,
వడ్డేశ్వరం, మంగళగిరి, గుంటూరు జిల్లా - 522502.
క్యాంపు కార్యాలయం: డి.నెం. 29-28-1/60,
పద్మా నిలయం, గ్రౌండ్ ఫ్లోర్, కోవెలమూడివారి వీధి,
సూర్యారావుపేట, విజయవాడ - 520002.
స్థిరవాణి : 0863-297200 (కార్యాలయం)
చరవాణి : +91-94404 32324
ఈ-మెయిల్ : apolc2022@gmail.com
polavijayababu@gmail.com

ఆకుల కవితా లతలు

చరిత్ర పుటల్లోని మహా వ్యక్తుల్ని, వర్తమాన సమాజంలోని పరిస్థితులను కవి హృదయంతో పరిశీలించి, ఆ మస్తిష్కపు పొరల్లోని భావాలకు అక్షరాలు పొదిగితే ఎంత సొబగుగా ఉంటుంది అనేది ఈ కవితా సంకలనం చదివితే అర్థం అవుతుంది. ఆకుల రఘురామయ్య సున్నిత సునిశితభావుడు. తన జ్ఞాపకాల పందిరిలో కదిలే మెదిలే భావాలను స్మృతులను అక్షర రూపంలో ఆవిష్కరించిన తీరు చూస్తే ఈ సమాజంలో అనేక భిన్న పార్శ్వాలను ఎంత నిశితంగా గమనించాడో అర్థమవుతుంది.

కవి 'ఆకుల' అక్షరం అక్షరంలో విషయానికి అనుగుణంగా తన ఆర్తిని, ఆవేదనను ఆగ్రహాన్ని, అనురాగాన్ని, ఆత్మీయతను, ఆర్ద్రతను నిక్షిప్తం చేస్తూ ఆవిష్కరించిన కవితలు అలతి అలతి పదాలతో లలితంగా, కలితంగా, మహితంగా, చకితంగా, చైతన్య చకచ్ఛకితంగా అగుపిస్తాయి. సగటు పాఠకుల్ని కూడా అలరిస్తాయి, పలవరిస్తాయి, పలకరిస్తాయి.

మా నాయనమ్మను
స్మరించుకోవడమంటే
ఆప్యాయతానురాగాలను
ప్రోది చేసుకోవడమే

మా తాతయ్యను
స్ఫురించుకోవడమంటే
మమతానురాగాలను
గుది గుచ్చుకోవడమే అంటాడు ఆకుల

ఒకచోట స్మరించుకోవటం
మరొకచోట స్ఫురించుకోవడం
అనే ప్రయోగాలు చేయడం చాలా బావుంది.

ఏ స్వార్థం లేకుండా
ఏ ఫలితం ఆశించకుండా
వాళ్లకు కలిగినంతలో
వాళ్లకు ఉన్నంతలో
పిడికెడు అడిగితే దోసెడు
చారెడు అడిగితే చేటడు
అడిగిన వాళ్లకు
లేదనకుండా ఇవ్వడమే తెలుసు
ఇవ్వడం మాత్రమే తెలుసు వాళ్లకు
ఆ రోజుల్లో
వాళ్ల మాటంటే
అందరికీ వేదం
ఊరందరికీ ఆమోదం...

ఇలాంటి వాక్యాలు చదువుతున్నప్పుడు ఇందులో కవితా సౌరభం కంటే మనుషుల మధ్య ఆత్మీయతలు, గౌరవాలు, అనుబంధాలు గుర్తుకొచ్చి మన జ్ఞాపకాల పొరల్లో కూడా ఎంతోమంది వ్యక్తులు కదలాడుతారు .

రఘురామయ్య తన కవితల్లో భాషా పటాటోపానికి ప్రాధాన్యం ఇవ్వలేదు. చక్కని కండగల తెలుగు భాషకు కలకండ చేర్చి ప్రేమను అందులో రంగరించి అక్షర మాలికలు అల్లితే అవి తీయని కవితా పాలతాలికలవుతాయి అని రుజువు చేశాడు .

తానెరిగిన సత్యాన్ని
తను నమ్మిన ధర్మాన్ని...

తల్లి గోరుముద్దలను కొసరి కొసరి తినిపించిన రీతిలో సరళ సారళ్యంగా చెప్తాడు. కవిత్వంలోని హితోక్తులు, సూక్తులు, అక్షర బిందువులను తడిమి చూస్తే ఆ కవితా ధారల్లో తడిచి చూస్తే ఆయన కవితా గాంభీర్యం ఎంత గొప్పదో అర్థమవుతుంది. కవి సరస భావ చమత్కార శీలన, ఇంపు సొంపు, కుదింపు చూస్తే చక్కని చిక్కని కవి అని వేరుగా వివరించవలసిన అవసరం లేదు.

రెండు మాటల్లో చెప్పాలంటే, క్లుప్తంగా చెప్పాలి అంటే, "చూసిందే అయినా సరికొత్తగా శోభిస్తుంది. అప్పుడప్పుడు, ఎప్పుడూ తినే అన్నమే రుచిరా ఇల్లాలు పెట్టినప్పుడు" అంటారు నారాయణరెడ్డి గారు ఒకచోట. ఈ కవితా సంకలనం కూడా అటువంటిదే అని చెప్పాలి!

గుండెకు సూటిగా తగిలేలా కొన్ని కవితలు ఉంటే, ఆకర్షణీయంగా పదసౌందర్యంతో భావగాంభీర్యం ద్యోతకం అవుతూ ఉంటుంది.

జాతి సంస్కృతిలో
సప్త గిరీశుని వైభవాన్ని
సహస్ర ముఖాలుగా కీర్తించిన
హరి నామ సంకీర్తనాచార్యుడు

తిరుమలేశుని మహిమలను
తెలుగు పాటలో
వెలుగు బాటలా మలిచిన
తెలుగు పద కవితా పితామహుడు

అని అన్నమయ్య గురించి చెప్పినా,

రారు మరో దాసరి అంటూ
త్రివేణి సంగమంలా
సినీ, మీడియా, రాజకీయాలలో సాగుతూ
ఏ సమస్య వచ్చినా పరిష్కారం చేసే పెద్దన్నయ్యారు

151 చిత్రాల రూపశిల్పిగా
తెలుగు చలన చిత్ర పరిశ్రమను
గిన్నిస్ రికార్డులకు ఎక్కించి
అన్నింటా ..... అన్నింట్లో....
తన బాణీ పలికించిన మేటి..అని

దాసరి నారాయణరావు గారి ప్రతిభ పాటవాలని సగౌరవంగా చెబుతాడు.

ప్రగతి శీలతకు
ప్రతిభకు మారుపేరైన
అద్దేపల్లి మరణం
సాహిత్య ప్రపంచానికి దిగ్భ్రాంతే

అఖిలాంధ్ర కవుల అమృత హస్తమైన
సహృదయ సమీక్షకునికి
పురోగామి విమర్శకుడికి
మహనీయునికి......
మహా మనిషికి..
నా అక్షరాశ్రు నీరాజనాలు

కాలం మీద
సంతకం చేసిన ఏకవికైనా
కాలం చేయడముండదు

ఇది అద్దేపల్లి రామమోహన రావుకీ చెల్లుతుంది అంటూ అద్దేపల్లికి హృద్యంగా అశ్రు నీరాజనాలర్పిస్తాడు ఆకుల.

ఆకుల అక్షర పదవిన్యాసాలను నిశితంగా పరిశీలిస్తే, ఆ అక్షరాలు కొన్నిచోట్ల తూణీరంలోని పదునైన శరాలయ్యాయి. మరికొన్ని చోట్ల అక్షరాలు శిరీష కుసుమ శీకరాలయ్యాయి. కొన్ని తరంగాల్లా పైకి లేస్తే, కొన్ని తురంగాల్లా ముందుకు దూకాయి.

అచ్చతెలుగు పదాలతో
తెలుగు నుడికారంతో
అలతి అలతి పదాలతో అందంగా కూర్చి

కవితా మాలికలు అల్లిన ఆకుల కవితా లతల్లో ఆకు చాటు ఏరివేతల గురించి ఆలోచించకుండా వివిధ అంశాల మీద వ్యక్తుల గురించి అల్లిబిల్లిగా అల్లుకున్న కవితాలతల్ని అభినందించటం సముచితంగా సమంజసంగా ఉంటుందని నా అభిప్రాయం.

ఈ అక్షర కృషివలుడు మరిన్ని కవిత వృక్షాలను అక్షరానందనలో ఆవిష్కరిస్తాడని ఆశిస్తూ అభినందనలతో...

ఇట్లు

పి.విజయబాబు

అధ్యక్షులు

ఆంధ్రప్రదేశ్ అధికార భాషా సంఘం

డాక్టర్ ఉద్దండం చంద్రశేఖర్
ఎం.ఏ., పీహెచ్.డి.,
కవి, సీనియర్ పాత్రికేయులు
సెల్ :9441433833

మహనీయుల స్మృతిలో...
'ఆకుల' అర్పించిన కవితా నివాళి

మనిషి ఆదర్శంగా ఎలా జీవించాలో చెప్పేదే సాహిత్యం. అర్థవంతమైన ఆలోచనలను వికసింపచేసి కార్యాచరణ దిశగా నడిపించడంలో కవిత్వం అద్వితీయమైన పాత్ర పోషిస్తుంది. మనం చేయాల్సిందల్లా కవిత్వమై జీవించడమే. ఒక చేత్తో హలం.. మరో చేత్తో కలం పట్టుకుని ఆధునిక కవితా క్షేత్రాన్ని తనదైన ప్రతిభతో సుసంపన్నం చేస్తున్న 'అనంత' కవితా కృషీవలుడు ఆకుల రఘురామయ్య. సమాజాన్ని మంచి వైపు నడిపించే మహాయజ్ఞంలో స్ఫూర్తిదాతలుగా నిలిచిన మహనీయులకు కవితా సుమాలతో నివాళులర్పించారు. 'ఆకుల' కవి.

ఆధునిక తెలుగు సాహిత్యంలో స్మృతి కవిత్వానికి ప్రత్యేక స్థానం ఉంది. "సమకాలికులెవ్వరు మెచ్చరెచ్చటన్" అన్నట్లు ఒక వ్యక్తి జీవించి ఉన్నప్పుడు తన ఔన్నత్యాన్ని చాలా మంది గుర్తించరు. వారి జ్ఞాపకాలను, వారు చేసిన గొప్ప కార్యాలను, వ్యక్తిత్వాన్ని వారి మరణానంతరం కీర్తిస్తారు. ఇది సామాన్యుల విషయంలో సహజంగా జరిగే ప్రక్రియ. కానీ మహనీయులు మాత్రం తాము జీవించి ఉన్నప్పుడే కాదు.. మరణించిన తర్వాత కూడా ప్రజల హృదయాల్లో తమ స్థానాన్ని మహోన్నతంగా పదిలపరచుకుంటారు. అలాంటి అ'సామాన్య' మేధావులు, మహనీయుల స్మృతిపథంలో 'ఆకుల' రచించిన జ్ఞాపకాల "పొరల్లో" అనే ఈ కవితా సంపుటి ఆ మహనీయుల జీవితాల్లాగే చిరంజీవిగా నిలిచిపోతుంది. ఇది కవిత్వమంత సత్యం. ఆకుపచ్చని కవి మిత్రుడు 'ఆకుల' కలంలోంచీ జనించిన స్మృతి కవితాక్షరాల సాక్షిగా... 'అనంత' తెలుగు సాహిత్యంలో ఓ వర్ధమాన కవి చేసిన స్ఫూర్తి సంతకం... ఈ స్మృతి కవిత్వం.

ఈ కవితా సంపుటిలో మొత్తం 53 కవితలున్నాయి. పలువురు అగ్రగణ్యులైన దార్శనికులు, సంఘసంస్కర్తలు, సాహితీ వేత్తలు, వాగ్గేయకారులు, అపురూపమైన కళాకారులు, శాస్త్రవేత్తలు, మానవతావాదులు, ఆధ్యాత్మిక యోగులు, సేవా బాంధవులు,

రాజనీతిజ్ఞులు, రాజకీయ దురంధరులు, జీవితాన్ని కాచి వడపోసిన తత్వవేత్తల అమూల్యమైన వ్యక్తిత్వం అడుగడుగునా అవగతమవుతుంది.

ప్రతి కవిత చదువుతున్నప్పుడు నాటి మహనీయుల ఆదర్శ జీవనశైలి కళ్లముందు ఆవిష్కృతమవుతుంది. ముఖ్యంగా ఇందులో ఆయా స్ఫూర్తిదాతల జనన, మరణ తేదీలను కూడా కవితతోపాటు పేర్కొనడంవల్ల వారి జయంతి, వర్ధంతి సందర్భాల్లో స్ఫూర్తిదాయకమైన కార్యక్రమాలు నిర్వహించుకునే సౌలభ్యం కలుగుతుంది. 'ఆకుల' కవిత్వ ప్రతిభ పాతికేళ్ల క్రితమే చిగురించినా... పచ్చని మొక్కగా ఏపుగా ఎదిగింది మాత్రం... ఈ "జ్ఞాపకాల పొరల్లో" నే. సహజంగా ఏ వర్ధమాన కవైనా వివిధ అంశాలపై తాను రాసిన కవితలనే చాలా ఇష్టంగా మొదట ప్రచురించాలనుకుంటారు. కానీ.. రఘురామయ్య మాత్రం మహనీయులకు తాను అర్పించిన స్మృతి కవితలతో తొలి సంకలనం ప్రచురించి తన నాయనమ్మ, తాతయ్యలకు అంకితమివ్వడం విశేషం. అభినందనీయం. అపురూప సందర్భం కూడా. ఇలాంటి ప్రేరణాత్మక పరిణామాలు, ప్రయత్నాలు తెలుగు సాహిత్యంలో మరిన్ని జరగాల్సిన అవసరం వుంది. ఈ కవితలన్నీ ఆయా మహనీయుల పేరిట ప్రచురించిన కవితా సంకలనాల్లోనూ, వివిధ పత్రికల్లోనూ ప్రచురితమై ఉండడం ఆనందించదగ్గ విషయం. ఇది 'ఆకుల' కవితా నైపుణ్యానికి నిదర్శనం.

ఈ కవితలన్నీ మహనీయుల ధార్మిక, నియమబద్ధమైన జీవన సరళికి అద్దం పడతాయి. సంక్షిప్తంగా ఆర్ద్రంగా...వారి జీవితంలోని ప్రధాన ఘట్టాలను కవిత్వీకరించడంలో రఘు రామయ్య చాలావరకూ కృతకృత్యుడయ్యారనే చెప్పవచ్చు. భరతమాత ముద్దుబిడ్డలైన వీరి ఆశయాలు.. ఆచరణ గురించి రాసిన కొన్ని కవితా పంక్తులు ముచ్చటగొలుపుతాయి. ఆశ్చర్యం కలిగిస్తాయి. ప్రధానంగా భారతీయ యువతకు ఆరాధ్యులైన స్వామి వివేకానంద గురించి "విశ్వమత ప్రవక్త' శీర్షికన ఆకుల రాసిన కవితాఖండిక పాఠకుల హృదయాల్లో గొప్ప స్ఫూర్తిని రగిలిస్తుంది.

"విశ్వమంతా ఆదరణ పొందుతున్న
భారతీయ తత్వచింతనకు
హైందవ భావోన్నతికీ
నవీన యుగాచార్యులు"

–అంటూ స్వామి...వివేకానందుని భారతీయ సద్గుణాలను కీర్తించారు. అంతేకాదు. ఈ వాక్యాల్లో ' అభినవ జగద్గురువు' అనే పదబంధం వివేకానందుని జీవితాదర్శానికి చక్కటి అన్వయం. సాధికార చిహ్నం.

"వేదవేదాంతాల నుంచీ వికసించిన
బహుశాస్త్ర విద్యలో విస్తరించిన
సనాతన భారతీయ ధర్మాన్ని
పాంచజన్య శంఖానాదంగా
విదేశీ వేదికపై వినిపించిన
అభినవ జగద్గురువు"

పద సంకీర్తనాచార్యులు తాళ్లపాక అన్నమాచార్యుని ప్రతిభను 'అందరినోట అన్నమయ్య' పాటగా ఆక్షరీకరించారు కవి.

"కొండల్లో నెలకొన్న
పరమాత్మకే కాదు..
గుండెల్లో గూడుకట్టుకున్న
అంతరాత్మకు మేలుకొలుపులు వినిపించాడు"

– ఈ ఒక్క వాక్యం చాలు...

అన్నమయ్య సాహిత్యం తెలుగుజాతిపై ఎంతటి ప్రగాఢమైన ముద్ర వేసిందో ఉదహరించేందుకు ప్రతి ఇంటా 'చందమామ రావే .. జాబిల్లిరావే' అంటూ ప్రతి తెలుగింటి తల్లి నోటివెంట వినిపించే పాట తరతరాల కుటుంబ బంధాలకు ప్రతీకగా నిలుస్తోంది. ఈ పద సంకీర్తనాచార్యుని సంకీర్తనలు నిలువెత్తు ఆధ్యాత్మికతకు నిదర్శనాలు.

'సాహితీ సమరాంగణ సార్వభౌమా'

అనే శీర్షికన శ్రీ కృష్ణదేవరాయుల పాలనాదక్షతను, సాహితీ వైభవాన్ని చిత్రించారు. రాయలకళాపోషణకు ఈ కవిత ప్రతీకగా నిలుస్తోంది. 'కత్తిపట్టిన చేత్తోనే కలం పట్టి కావ్యాలు రాసిన సాహితీ సమరాంగణ సార్వభౌముడు' అని కీర్తించారు కవి.

తెలుగు జాతి కీర్తిని
తెలుగు భాష ఖ్యాతిని
అఖండ జ్యోతిగా వెలిగించి
దేశభాషలందు తెలుగు లెస్సని
చాటిన ఆంధ్రభోజుడు.
ఎన్ని దశాబ్దాలైనా... ఎన్ని శతాబ్దాలైనా
తెలుగువారి గుండె గుడిలో

ఎల్లలు లేని ఆత్మీయతా సామ్రాజ్యాన్ని

ఏలుతున్న శ్రీకృష్ణదేవరాయా !

మీకివే నా మంగళ నీరాజనాలు !

–అంటూ అక్షర నీరాజనాలు

అర్పించారు. తెలుగు భాషకు పట్టాభిషేకం చేసిన రాయల చక్రవర్తికి అక్షరాభిషేకం చేశారు. ప్రపంచ దేశాల దృష్టిని అద్భుతమైన ఆధ్యాత్మిక, సేవా కార్యక్రమాలతో పుట్టపర్తివైపు ప్రసరింపజేసిన భగవాన్ శ్రీ సత్యసాయిబాబాను సనాతన వారధి పేరిట ఇలా కవితా సుమాలతో అర్చించారు.

'ఆస్తిక, నాస్తిక సంవాదాలు

ఎన్నయినా ఉండనీ

తన జీవితాన్నే

పచ్చని చెట్టులా మలచి

సేద దీర్చిన ధన్యజీవి'

– అని సత్యసాయి బోధనలతో పాటు

సామాజిక సేవలోని పరమార్థాన్ని గ్రహించాలంటూ కవితా సందేశమిచ్చారు. భారత మాజీ రాష్ట్రపతి ఎ.పి.జె. అబ్దుల్ కలాం చేసిన సాంకేతిక రంగ సేవలకు నిరాడంబర వ్యక్తిత్వానికీ 'కలాం –సలాం' అంటూ నీరాజనాలర్పించారు తనదైన అభివ్యక్తితో.

'ఆ పేరు వింటే చాలు...

గుండెల్లో విజయగర్వం పొంగడానికి...

ఆ... పలుకు చాలు...

శిఖరమంత స్ఫూర్తి నింపడానికి !'

– అంటూ కలాం వ్యక్తిత్వానికి

కలంతో సెల్యూట్ చేశారు. స్ఫూర్తినింపే కవిత్వ ధ్వని ఇందులో ప్రత్యేకంగా వినిపిస్తుంది.

భారతరాజ్యాంగ నిర్మాత డా॥ బి. ఆర్. అంబేద్కర్ స్ఫూర్తికి అక్షర ప్రణామాలు అర్పించిన కవితాశైలి అమితంగా ఆకట్టుకుంటుంది.

"అంటరానితనం గాయాలనుంచే

సౌభ్రాతృత్వ గేయాన్ని విరచించి
తరాల తరబడి చీకట్లలో మగ్గిపోయిన
బహుజనుల పాంచజన్యమయ్యారు"

– అంటూ 'చూపుడు వేలు'

కవితలో బాబాసాహెబ్ ఘనత గురించి... అణగారిన వర్గాల గుండె ధైర్యమై ఊరూరా విగ్రహమై నిలిచారని కొనియాడారు. జాతిపిత మహాత్మాగాంధీ వ్యక్తిత్వానికి అక్షరహారతి పడుతూ, బాపూజీ ప్రేరణతో భారతీయులు మరింత చైతన్యవంతులు కావాలని ఆకాంక్షించారు.

"సత్యనిష్ఠలో
ఏ రాజకీయ తత్వవేత్త
ఏ మత నాయకుడూ
ఏ ఆధ్యాత్మిక గురువూ
ఇవ్వలేని తార్కాణాన్ని
ప్రపంచం ముందుంచిన సత్యాన్వేషి"

– అని గాంధీజీ సుసంపన్నమైన

వ్యక్తిత్వాన్ని కవితాత్మకంగా చిత్రించారు.

"దేహం కన్నా దేశం ముఖ్యమని
దాస్య విముక్తి కోసం ధైర్యసాహసాలతో
వెన్నుదన్నుగా నిలిచిన
యువ పోరాట యోధుడతడు!"

ఈ వాక్యాలు అపరదేశభక్తుడు భగత్ సింగ్ సాహసాన్ని వర్ణిస్తూ రాసిన 'ఇంక్విలాబ్ జిందాబాద్' అనే ఖండికలోనివి. 'సంస్కరణల కార్యశీలి' అని కందుకూరిని, తెలుగు ఠీవి అని పి.వి.నరసింహారావును, తొలి అడుగు అంటూ గిడుగును, కాలాన్ని తన అడుగుజాడలతో ముందుకు నడిపారని గురజాడను కీర్తించడం కవిలోని చైతన్యవంతమైన ఆలోచనను ప్రతిబింబిస్తుంది. ఇదే కవికి ఉండాల్సిన కవితాదృష్టి.

"వామ పక్ష భావాలున్నా...
ఆధ్యాత్మిక భావాలను అలవర్చుకుని

వేదాలను తెలుగులోకి తర్జుమా చేసిన
అభినవ వ్యాసుడు ”

– అంటూ దాశరథి రంగాచార్య

ప్రతిభ గురించి ప్రశంసించారు ఆకుల.

ఈ సంపుటిలో ఇంకా... సాంకేతిక విప్లవకారుడు స్టీవ్ జాబ్స్, మహానటుడు బళ్లారి రాఘవ, సినీగేయ రచయితలు వేటూరి, సినారె, సినీనటుడు, మాజీ ముఖ్య మంత్రి ఎన్టీఆర్, మహానేత మాజీ ముఖ్యమంత్రి వైఎస్సార్, పెన్నేటిపాట కర్త విద్వాన్ విశ్వం, నవయుగ కవి చక్రవర్తి గుఱ్ఱం జాషువా, అనంత విశ్వనరుడు డా॥ ఆశావాది ప్రకాశరావు, కవిశేఖరుడు ఉమర్ ఆలీషా, భౌతిక శాస్త్రవేత్త స్టీఫెన్ హాకింగ్, అభ్యుదయ కవితా భీష్ముడు ఆవంత్స సోమసుందర్, భాషావేత్త సురవరం ప్రతాపరెడ్డి, అన్నార్తుల ఆకలి తీర్చిన అన్నపూర్ణ డొక్కా సీతమ్మ, భాషా శాస్త్రవేత్త కోదాడ మహదేవశాస్త్రి, రుద్రవీణపై కోటి రాగాలు పలికించిన దాశరథి కృష్ణమాచార్యులు, దళితదేవుడు చిన్న కదరయ్యస్వామి, అన్యాయంపై గొడవ చేసిన కాళోజీ, తెలుగురాతకు, గీతకు సమున్నత గౌరవాన్ని కల్పించిన బాపు, కూచిపూడి నాట్యకళాకారిణి శోభానాయుడు, నవలాకారులు వట్టికోట ఆళ్వారుస్వామి, మాజీ ముఖ్యమంత్రి కరుణానిధి, గానగంధర్వుడు ఎస్పీ బాలసుబ్రమణ్యం, 'అనంత' పేదల పెన్నిధి ఫాదర్ ఫెర్రర్, ప్రగతిశీల సాహితీ శ్రామికుడు చలసాని ప్రసాద్, అనంత మహామనిషి చిలుకూరి దేవపుత్ర, కథాసింగం సింగమనేని, కళాయశస్వి ఎస్వీరంగారావు, మాజీముఖ్యమంత్రి జయలలిత, గాన కళాకోవిదుడు మంగళంపల్లి బాలమురళీకృష్ణ, స్వరసామ్రాజ్ఞి ఎం.ఎస్. సుబ్బలక్ష్మి, దర్శకరత్న దాసరి నారాయణరావు, ప్రజాగాయకుడు వంగపండు ప్రసాదరావు, మాజీ ప్రధాని అటల్ బిహారి వాజ్‌పాయ్, జన హృదయ విజేత వంగవీటి రంగా, సాహిత్య సంచారి అద్దేపల్లి రామ్మోహనరావు, మహాకవి శ్రీశ్రీ, సూపర్ స్టార్ కృష్ణ, నవలారాణి యద్దనపూడి సులోచనారాణి... ఇలా ఈ లోకాన్ని వీడి శాశ్వతంగా వెళ్లిపోయిన వివిధ రంగాల ప్రముఖుల మృతికి కవి 'ఆకుల' అర్పించిన నివాళుల సారాంశమే ఈ అద్భుత కావ్యం.

మా నాయనమ్మను స్మరించుకోవడమంటే
ఆప్యాయతానురాగాలను ప్రోది చేసుకోవడమే...
మా తాతయ్యను స్ఫురించుకోవడమంటే
మమతానురాగాలను గుదిగుచ్చుకోవడమే...
లక్ష్మమ్మ అవ్వ.... రంగప్ప తాత

వంశవృక్షానికి 'ఆకుల'ల చిగురిస్తూ...

మా కంటి వెలుగైనారు...

మా ఇంటి దీపాలైనారు.

– 'జ్ఞాపకాల పొరల్లో' అనే కవితా ఖండికలోని ఈ వాక్యాలు. కవి ఆకుల రఘురామయ్య తన నాయనమ్మ, తాతయ్య నిస్వార్థత... నిరాడంబరత... మానవీయత మొదలైన సద్గుణాలను చాటి చెప్పేవి. విభిన్న రంగాలకు చెందిన మహామహులతోపాటు చిన్నప్పుడు ఎంతగానో లాలించి... తనలో మంచి లక్షణాలను పెంపొందించి.. నైతిక విలువలను తనకు కానుకగా ఇచ్చిన తన నాయనమ్మ, తాతయ్యల త్యాగాలను స్మరించుకోవడం కవి కలానికి ఉ న్న సాహితీ సంస్కారాన్ని, కుటుంబ బంధాలకు తాను ఇస్తున్న ప్రాముఖ్యతను స్పష్టీకరిస్తోంది. ఈ సంపుటిలో ఈ కవిత ప్రత్యేకమైనది. అంతేకాదు... పెద్దల మాటను వేదంగా భావించే కవి ఆకుల రఘురామయ్య స్వచ్ఛమైన అంతరంగానికి తార్కాణమైనది.

ఇంతటి అర్థవంతమైన... స్ఫూర్తిదాయకమైన కవితా సంకలనాన్ని మొదటి ప్రయత్నంగా సాహితీ లోకానికి అందిస్తున్న కవి రఘురామయ్యను మనసారా అభినందిస్తున్నాను.

తేది : 10-02-2024

పుట్టపర్తి,

శ్రీ సత్యసాయిజిల్లా.

శుభాభినందనలతో...

డాక్టర్ ఉద్దండం చంద్రశేఖర్.

ఎం.ఏ., పీహెచ్.డి.,

కవి, సీనియర్ పాత్రికేయులు

సెల్ : 9441433833

హృదయ పూర్వక కృతజ్ఞతాభివందనములు

నా "జ్ఞాపకాల పొరల్లో" మొదటి కవితా సంపుటికి ముందుమాట రాయాలని అడిగిన వెంటనే తన సమ్మతిని తెలియజేస్తూ చక్కని విశ్లేషణతో ముందుమాటను రాసిన మాన్యమహోదయులు ఆంధ్ర ప్రదేశ్ ప్రభుత్వ అధికార భాషా సంఘం అధ్యక్షులు మరియు తెలుగు భాషా అభివృద్ధి ప్రాధికార సంస్థ ఇన్ చార్జ్ అధ్యక్షులు పి.విజయబాబు గారికి......

అలాగే ఈ కవితా సంపుటికి ప్రేమతో మిత్ర వాక్యాలు రాసిన ఆత్మీయ మిత్రులు ధర్మ విజేత మాస పత్రిక సంపాదకులు, వెన్నెల సహృదయ సాహిత్య వేదిక అధ్యక్షులు డాక్టర్ ఉద్దండం చంద్రశేఖర్ గారికి.....

అందమైన ఆకర్షణీయమైన కవర్ పేజీ చిత్రాన్ని అందించిన ప్రముఖ చిత్రకారుడు శివాజీ గారికి.....

ఎంతో ప్రత్యేక శ్రద్ధ తీసుకుని అందమైన పుస్తకం గా ఈ కవితా సంపుటిని తీర్చిదిద్ది రూపుదిద్ది వెలుగులోకి తెచ్చిన కస్తూరి విజయం టీం వారికి.....

ఈ సంపుటిలోని అనేక కవితలను ప్రచురించిన పత్రికల సంపాదకులకు మరియు యాజమాన్యానికి, పాత్రికేయ సోదరులకు ......

ఎప్పటికప్పుడు నా కవితలను ప్రశంసిస్తూ, ప్రోత్సహించిన కవులు, రచయితలు, మేధావులు,సాహితీ సంస్థల ప్రతినిధులు,సేవా సంస్థలకు పేరుపేరునా......

మంచితనమే మనిషికి కొలమానం కావాలని ఆకాంక్షించే పూజ్యనీయులైన మా అమ్మ శ్రీమతి ఆకుల రామాంజనమ్మ, మా నాన్న శ్రీ ఆకుల సత్యమయ్య (మాజీ సర్పంచ్) గార్లకు....

నాకు అన్ని విధాల చేదోడు వాదోడుగా నిలుస్తున్న నా తమ్ముళ్లు ఆకుల దివాకర్ బాబు, ఆకుల లోకనాథ్ (మాజీ ఎం.పీ.టీ.సీ)గార్లకు......

నాకు అన్ని విధాల సహకరిస్తూ, ప్రోత్సహిస్తున్న నా జీవన సహచరి శ్రీమతి యంగంశెట్టి వాణి గారికి........

నన్ను పెంచి పెద్ద చేసిన నా పల్లె తల్లి హావేళీ సోధనపల్లి (నార్పల మండలం,అనంతపురం జిల్లా, సింగనమల నియోజకవర్గం, ఆంధ్రప్రదేశ్ రాష్ట్రం) గ్రామ ప్రజలకు పేరుపేరునా......

నాకు విద్యాబుద్ధులు చెప్పిన, నేర్పిన గురుదేవులకు......

నాతో పాటు కలిసి మెలిసి చదువుకున్న ఆత్మీయ స్నేహితులందరికీ.......

ముద్దు ముద్దు మాటలతో నా కవితాక్షరాలకు కొత్త ఊపిరి పోస్తున్న నా కూతురు చిరంజీవి ఆకుల లక్ష్మిరాయ్, నా కుమారుడు చిరంజీవి ఆకుల చైతన్యరాయ్ లకు.........

అలాగే నా తమ్ముని కూతురు చిరంజీవి ఆకుల దివ్యశ్రీ కి..... నా చిన్న తమ్ముని కుమారుడు చిరంజీవి ఆకుల గౌతం కృష్ణ, కూతురు చిరంజీవి ఆకుల తాక్ష్వీ లకు......

ప్రత్యక్షంగా, పరోక్షంగా నాకు సహకరిస్తున్న ఆత్మీయ బంధుమిత్రులందరికీ .....

సాహిత్యాన్ని ప్రోత్సహిస్తూ, ఆదరిస్తున్న పాఠక లోకానికీ......

మనిషి మనిషికి ఓ చరిత్ర. ఆ చరిత్రలో ప్రతి మనిషీ ఓ పాత్ర. ఆ పాత్ర మన మదిలో జ్ఞాపకమై నిత్యం తచ్చాడుతూ మన హృదయాల్లో జ్ఞాపకాల ఉదయాలై మేల్కొలుపుతున్న మహనీయులకు, మహానుభావులకు పేరుపేరునా........

వీరందరినీ ఈ సందర్భంగా కృతజ్ఞతాభావంతో తలుచుకోవడం నా కనీస బాధ్యతగా భావించి హృదయపూర్వక సాహితీ వందనములతో........ కృతజ్ఞతాభివందనములతో.....

మీ

ఆకుల రఘురామయ్య

జ్ఞాపకాల పొరల క్రమం

1. జ్ఞాపకాల పొరల్లో.. 1
2. సాహితీ సమరాంగణ సార్వ భౌముడా....!................ 5
3. అందరినోట..... అన్నమయ్య పాట... 8
4. విశ్వమత ప్రవక్త 11
5. మౌన ముద్ర ధారినై.... 14
6. కవిశేఖరుడు 17
7. సనాతన వారధి 20
8. సత్యాన్వేషి.. 23
9. చూపుడు వేలు... 25
10. ఇంక్విలాబ్ జిందాబాద్ 27
11. ఆద్యుడై ...... ఆరాధ్యుడై................................ 29
12. తెలుగు తీవి 31
13. ప్రజాస్వామ్య వీచిక.. 33
14. జన హృదయ విజేత 35
15. జయహో..... నందమూరి నాయకుడా 39
16. మహాభినిష్క్రమణం 42
17. కలాం – సలాం 44
18. పురచ్చితలైవి 48
19. కలైంజ్ఞర్ 51
20. విశ్వంపాట.. 54
21. ఏమిచ్చి మీ రుణం తీర్చుకోగలం 56
22. భాషాశాస్త్రవేత్త 59
23. అనంత విశ్వనరుడు....................................... 61

24. అనంత మహామనిషి 65
25. కథా సింగం 68
26. నవరసాల మహా నటనా సంపన్నుడు 72
27. "శోభా" యమానమైన నాట్య "శోభ" 75
28. నిరతాన్ను ధాత్రి 78
29. స్వరసామ్రాజ్ఞి 80
30. గాన కళా గంధర్వుడు 83
31. యు(శ)స్వీఆర్ 86
32. రాత + గీత + తీత = బాపు 89
33. సప్తస్వరాల సమ్మేళనం 96
34. స్టార్.... స్టార్..... సూపర్ స్టార్ 98
35. సాంకేతిక విప్లవకారుడు 101
36. విశ్వాన్వేషకుడు 103
37. గట్టి కోట – వట్టి కోట 106
38. శ్రీశ్రీ 109
39. తొలి అడుగు 111
40. చెరగని కాల పుటల్లో 113
41. సంస్కరణల కార్యశీలి 115
42. నవయుగ కవి చక్రవర్తి 117
43. కాళోజీ... యాదిలో 119
44. నిప్పు కణం 122
45. సాహితీ సార్వ భౌముడు 125
46. విప్లవ పాట 128
47. ఉత్తరాంధ్ర గుండె చప్పుడు 130

48. అభినన వ్యాసుడు 132
49. నవలా రాణి 135
50. అరుణ కాంతులను 138
51. పాటలసిరి వేటూరి 141
52. అభ్యుదయ కవితా భీష్ముడు 144
53. సాహిత్య సంచారి 147

జ్ఞాపకాల పొరల్లో

మా నాయనమ్మను
స్మరించుకోవడమంటే
ఆప్యాయతానురాగాలను
ప్రోది చేసుకోవడమే

మా తాతయ్యను
స్ఫురించుకోవడమంటే
మమతానురాగాలను
గుది గుచ్చుకోవడమే

ఆ రోజుల్లో
వాళ్ల మాటంటే
అందరికీ వేదం
ఊరందరికీ ఆమోదం

ఏ స్వార్థం లేకుండా
ఏ ఫలితం ఆశించకుండా
వాళ్లకు కలిగినంతలో
వాళ్లకు ఉన్నంతలో
పిడికెడు అడిగితే దోసెడు

ఆకుల రఘురామయ్య

చారెడు అడిగితే చేటడు
అడిగిన వాళ్లకు
లేదనకుండా ఇవ్వడమే తెలుసు
ఇవ్వడం మాత్రమే తెలుసు వాళ్లకు

ఆకలి గొన్న వారికి
అన్నం పెట్టడమే
వారికి తెలిసిన మర్యాద
ఆపదలో ఉన్న వారిని
ఆదుకోవడమే
వారికి వచ్చిన సంస్కారం

పర్వదినాల ఆనందంలోనైనా
పంటలెండుతున్న బాధలోనైనా
రాములోరి దేవాలయంలో
పురాణ పఠనం చేయాలంటే
ఊర్లో మా తాతయ్యేనట

మీరజాలగలడా నా యానతి
వ్రత విధాన మహిమన్ సత్యా పతి.... అంటూ
మా నాయనమ్మ
పంట పొలాల్లో పాడుతుంటే
విన సొంపుగా ఉండేదట
వీనుల విందుగా ఉండేదట

దశాబ్దాల కిందట
డొక్కల కరువు కబళిస్తే

జ్ఞాపకాల పొరల్లో

ఆకలి బాధలను తీర్చిన పుణ్యజీవులు
మీ జేజమ్మ జేజయ్యలని
ఊళ్లో వాళ్లు అంటుంటే
ఎంతో.... సంతోషపడుతుంటా
ఎంతో.... గర్వపడుతుంటా

లక్ష్మమ్మ అవ్వా
రంగప్ప తాతా
ఈ వంశ వృక్షానికి
"ఆకుల" లా చిగురిస్తూ
మా కంటి వెలుగులైనారు
మా ఇంటి దీపాలైనారు

ఒకే మాటగా....
ఒకే బాటగా..
అన్యోన్య దంపతులై
మా ఆత్మకోవెలలో దేవుళ్ళైనారు

నా జీవనంలో
ఆ ధన్యజీవులను
ఆరాధించినప్పుడల్లా
అలౌకిక ఆనందం అక్కున చేరి
మానసిక అశాంతి తొలిగిపోతుంటుంది

ఆకుల రఘురామయ్య

కళ్లు తెరిచినా....

కళ్లు మూసినా...

నా జ్ఞాపకాల పొరల్లో

మీ త్యాగాలు నిత్యనూతనం

మీ ధర్మాలు సదా స్మరణీయం.

కల్మషంలేని హృదయాలై

కపటం తెలియని మనుషులై

జన్మను సార్థకం చేసుకున్న

మీ ఔన్నత్యానికి

మీ ఔదార్యానికి

పాదాభివందనాలు చేస్తూ

వినమ్రతతో...... ప్రేమతో......భక్తితో......

మీ మనుమడుగా అర్పిస్తున్న అక్షర నివాళులు

జ్ఞాపకాల పొరల్లో

సాహితీ సమరాంగణ సార్వ భౌముడా....!

సమస్తము సద్దుమణిగేలా
అందరినీ సమైక్య పరిచేలా
ప్రతి తెలుగోడి మదిలో
ఆత్మీయత వెలుగులు విరజిమ్మును
ఆ పేరు విన్నంతనే

తెలుగు జాతి కీర్తిని
తెలుగు భాష ఖ్యాతిని
అఖండ జ్యోతిగా వెలిగించి
దేశభాషలందు తెలుగు లెస్సని
చాటిన ఆంధ్రభోజుడతడు

సంస్కృతాంధ్రములో
కృతులు చేసిన మహాపండితుడై
సాహితీ కళామ తల్లికి
మంగళ నీరాజనాలెత్తిన
కళా సాహితీ పోషకుడతడు

కదన రంగానికి
అష్ట దిగ్గజాలనూ తీసుకెళ్ళి
సాహితీ గోష్టులతో
జైత్రయాత్ర కొనసాగించిన
కవితా సార్వభౌముడతడు

యుద్ధ తంత్రాలలో
సాటిలేని మేటి మహా నాయకుడై
విజయనగర పౌరుషాన్ని
ఆంధ్ర జాతి ప్రతాపాన్ని
విశ్వవిఖ్యాతం చేసిన
విజయనగర సామ్రాజ్యాధీశుడతడు

సుస్థిర సామ్రాజ్యాన్ని నడిపిస్తూ
వర్తక వాణిజ్యాలను ప్రోత్సహిస్తూ
శాంతి సౌభాగ్యాలను అందిస్తూ
ప్రజా భాషతో పరిపాలన కొనసాగిస్తూ
ప్రజాభిమాన పాలకుడైనాడతడు

అతని సాహస గాథలను
చెబుతున్న వాళ్లకు
ఆయన విజయ సోపానాలను
వింటున్న వాళ్లకు
నరనరాన రక్తం పొంగిపొర్లుతుంది
విజయగర్వంతో

జ్ఞాపకాల పొరల్లో

అందుకే అంటున్నాను.
విజయమే తప్ప
పరాజయం తెలియని
విజయనగర సామ్రాజ్యధీశుడా...
కత్తిని పట్టిన చేతిలోనే
కలాన్ని పట్టి కావ్యాలు రాసిన
సాహితీ సమరాంగణ సార్వభౌముడా..

ఎన్ని దశాబ్దాలైనా కానీ
ఎన్ని శతాబ్దాలైనా కానీ
తెలుగువారి గుండె గుడిలో
ఎల్లలు లేని ఆత్మీయతా సామ్రాజ్యాన్ని
ఏలుతున్న శ్రీకృష్ణ దేవరాయలా....
మీకివే నా మంగళ నీరాజనాలు
మీకివే నా అక్షర నీరాజనాలు

జననం : 17-01-1471,
మరణం : 17-10-1529

శ్రీ కృష్ణ దేవరాయులు
విజయనగర సామ్రాజ్యధీశుడు – కవితా సంకలనం,2015

అందరినోట..... అన్నమయ్య పాట...

గోరుముద్దలు తినిపిస్తుంది
ప్రతి తెలుగుతల్లి తన బిడ్డకు
చందమామ రావే
జాబిల్లి రావే అని పాడుతూ

ఊయల లూపుతూ
జో కొడుతుంది తన బిడ్డను
జో అచ్యుతానంద
జోజో ముకుందా అని పాడుతూ

మాటల కందేది సాహిత్యం
మాటలకందనిది సంగీతం
రెండింటిని సమన్వయం చేసి
భావాతీత ఆత్మానంద స్థితిని అందించాడు.

కొండల్లో నెలకొన్న
పరమాత్మకే కాదు
గుండెల్లో గూడు కట్టుకున్న
అంతరాత్మకు మేలుకొలుపులు వినిపించాడు

జ్ఞాపకాల పొరల్లో

అచ్చతెలుగు పదాలతో
తెలుగు నుడికారంతో
అలతి అలతి పదాలతో అందంగా కూర్చి
సంకీర్తనలతో చైతన్యవంతులను చేశాడు

అందరూ పాడుకొనే విధంగా
పాడుకొంటూ అర్థం చేసుకొనేలా
అర్థం చేసుకొని ఆచరించేలా
తానెరిగిన సత్యాన్ని
తను నమ్మిన ధర్మాన్ని
అపురూపగాన మాధుర్యంతో అందించాడు

జాతి సంస్కృతిలో
సప్త గిరీశుని వైభవాన్ని
సహస్ర ముఖాలుగా కీర్తించిన
హరి నామ సంకీర్తనాచార్యుడు

తిరుమలేశుని మహిమలను
తెలుగు పాటలో
వెలుగు బాటలా మలిచిన
తెలుగు పద కవితా పితామహుడు

ఆకుల రఘురామయ్య

సమసమాజ స్థాపనకు
నాంది పలికిన సంఘ సంస్కర్త
సంకీర్తనా మధురిమల
వైతాళిక సార్వభౌముడు

మాటలు చాలవు
రాతలు చాలవు
అన్నమయ్యను ప్రస్తుతించడానికి

జననం : 09-05-1408
మరణం : 23-02-1503

అన్నమయ్య (తాళ్ళపాక అన్నమాచార్యులు)
సప్తగిరి (టి.టి.డి) మాసపత్రిక జూలై-2013

విశ్వమత ప్రవక్త

విశ్వమంతా
ఆచరణ పొందుతున్న
భారతీయ తత్వచింతనకు
హైందవ భావోన్నతికీ
నవీన యుగాచార్యులు

వేద వేదాంతాల నుంచి వికసించిన
బహుశాస్త్ర విద్యలో విస్తరించిన
సనాతన భారతీయ ధర్మాన్ని
పాంచజన్య శంఖోనాదంగా
విదేశీ వేదికపై వినిపించిన
అభినవ జగద్గురువు

కావలసింది
కలహం కాదు
అన్య మత ధ్వంసం కాదు
మతాల సారాన్ని గ్రహిస్తూ
వ్యక్తిత్వాన్ని నింపుకొని
ఆశయాలను గ్రహించుకొని
అభివృద్ధి సాధించాలన్న
విశ్వమత ప్రవక్త

తమ ధర్మాన్ని అవలంబిస్తూ,
ధర్మ బద్ధమైన సంపద సాధిస్తూ
ఇతరులను గౌరవిస్తూ
ఆధ్యాత్మిక స్పృహతో సాగే
జీవితమే సంపూర్ణ మని
బోధించిన యోగీశ్వరులు

తత్వచింతనలోని
ఔన్నత్యాన్ని చాటుతూ
కాలగతిలో ఏర్పడిన
కల్మషాలను సంస్కరించుకోవాలని
హెచ్చరించిన సంఘ సంస్కర్త

భారతదేశ ప్రశస్తినీ
భారతీయ ప్రకాశాన్ని
విశ్వాకాశంలో
యుగయుగాలు నిలిచిపోయే
శాశ్వత సత్యాలను
ప్రసాదించిన ప్రణవ నాదం

భారతదేశాన్ని
తెలుసుకోవాలంటే
వివేకానందుని
జీవితాన్ని చదవాల్సిందే

జ్ఞాపకాల పొరల్లో

వివేకానందుడు నింపిన స్ఫూర్తి
వివేకానందుడు తెచ్చిన ఖ్యాతి
భారతీయ గుండెనిండా ప్రజ్వరిల్లుతూనే.... వుంటుంది

జననం : 12-01-1863
మరణం : 04-07-1902

స్వామి వివేకానందుడు (నరేంద్రనాథ్ దత్త)
విశ్వమతప్రవక్త - వివేకానందుడు
కవితాసంకలనం 2015

మౌన ముద్ర ధారినై....

అగ్రవర్ణ
దురహంకారాన్ని ఈసడిస్తూ,
నిర్భీతిగా ఎదిరించి
సంఘం కుళ్ళును కడగడానికి
గర్జించిన పాంచజన్యం అతడు

పేటకు దూరం
బాటకు దూరం
నీటికి దూరం అన్న కాలములో
అస్పృశ్యతను చీల్చుతూ
అంతరాల దొంతర్లను కూల్చుతూ
దళిత డమరుకం మ్రోగిస్తూ
సమరోత్సాహానికి
ఉరికిన చైతన్యం అతనిది

ఎన్నాళ్ళీ అంతరాలు
ఎందులకీ అవాంతరాలు అంటూ
నూతన ఆలోచనల రథసారథై

జ్ఞాపకాల పొరల్లో

అక్షర జ్ఞానమే ఎరుగని నేలలో
వెలుగులు పరిచిన అక్షర సూరీడు

మరూరులో పుట్టి
సమ సమాజమే కాదు
నవ సమాజ స్థాపన కోసం
కర్పూరంలా కరిగిపోతూనే
వెలుగుల్ని పంచే
కాగడాగా నిలిచిన ఆశాజ్యోతి

కుల అహంకార
ధనుస్సు సంధించిన
కుటిలతా బాణాల దాటికి విసిగిపోయి
తన మరణాన్ని తానే
ఆహ్వానించిన విరాట్ స్వరూపుడు

చిన్న కదరయ్య స్వామి
వైచిత్రిని చూశాక
నా రెప్పల మధ్య
ఆకాశాన్ని విస్తరించుకున్నాను

ఇప్పుడా ప్రవచనాలు
నా గుండెల కొండల మధ్య
జలపాతాలై
నిత్యమూ ప్రతిధ్వనిస్తున్నాయి

నాలో నేను
ఆత్మ జ్యోతిని
వెలిగించుకునేందుకు
చిన్న కదరయ్య స్వామి
చైతన్య పాదాల ముందు మోకరిల్లుతున్నా
మౌన ముద్ర ధారినై.....

మరూరు గ్రామంలో దళిత గోవిందుడు చిన్న కదిరయ్య స్వామి ఆలయంలో నిర్వహించిన సామాజిక సామరస్య సమ్మేళన కార్యక్రమంలో చదివిన కవిత 22-11-2014

కవిశేఖరుడు

పండిత కవులై
శతావధానాలు చేసినా
సూఫీ వేదాంత దర్శనంగా
జాతిని మేల్కొల్పినా
కులమత వివక్షకు అతీతమై
ఆరాధించబడు మానవతా మూర్తి

ఆధ్యాత్మిక పీఠాధిపతైనా
సమాజ దురాచారాలపై
కలాన్ని కొరడాలా ఝుళిపించి
సాహిత్య సంపద సృష్టించి
చరిత్ర పుటల్లో కెక్కిన మహాకవి

ప్రగతి నిర్దేశకునిగా
మహోన్నత వక్తగా
మానవతా వాద ప్రవక్తగా
తాత్విక మహాజ్ఞానాన్ని
అవలోకనం చేసిన మహాయోగి

తెలుగు భాష
మాతృ భాష కాకున్నా
తెలుగు భాషా వికాసానికై
తెలుగు వెలుగులు పంచి
ఆంధ్ర భారతిని ఆరాధించిన కవి శేఖరుడు

బహుభాషా పరిజ్ఞానై
ఆత్మను గతమైన ప్రజ్ఞతో
సృష్టి తత్వాన్ని...
ఈశ్వరతత్వాన్ని....
ఆకళింపు చేసుకొన్న మహాజ్ఞాని

వ్యక్తిగా
శిఖరాగ్రాలను అధిష్టించినా
వ్యక్తిత్వంలో
అంబరాన్ని అధిగమించినా
ఆధ్యాత్మిక మూర్తిగా
అద్వైత సిద్ధిని సాధించిన బ్రహ్మర్షి

తను గ్రహించిన సత్యాన్ని
శిష్యకోటికి ధార్మిక జ్ఞానబోధ చేసి
ప్రాపంచిక బంధాలను విడిచి
పరమేశ్వరుని సన్నిధిని కోరి
మోక్ష సాధనలో సఫలుడై
శాశ్వత కీర్తినార్జించిన షష్ఠమ పీఠాధిపతి

భౌతికంగా మన మధ్య లేకున్నా
ఆ దివ్యస్ఫూర్తి విశ్వజనీనమై
శ్రీవిశ్వవిజ్ఞాన విద్యా ఆధ్యాత్మిక పీఠంలో
మన హృదయ పీఠాలలో
సర్వజనుల సర్వేశ్వరుడొక్కడేనన్న
తత్వం ప్రసరిస్తూనే వుంటుంది.

ఉమర్ ఆలీషా గారంటే..
స్త్రీ జనోద్ధరణకై పూరించిన శంఖం
అభ్యుదయంలో శ్వాసించిన గళం
అరుదైన విజ్ఞాన స్ఫూర్తి
అపురూప ధన్వంతరీ మూర్తి
ఓ.....ఆధ్యాత్మిక కావ్యం
ఓ..... సామాజిక ఉషోదయం
ఓ.. మానవీయ పరిమళం

జననం :28-02-1885

మరణం : 23-01-1945

షష్ఠమ పీఠాధిపతి బ్రహ్మర్షి ఉమర్ ఆలీషా

సనాతన వారధి

మానవసేవే మాధవ సేవని
గ్రామసేవయే శ్రీరామ సేవని
ప్రపంచానికి చాటి చెప్పిన
ప్రపంచ ఆధ్యాత్మిక వేత్త

భారతీయ సంస్కృతికి
ధార్మిక చింతనకు
ప్రేమతత్వాన్ని.. సేవా దృక్పధాన్ని
జోడించిన సనాతన వారధి

విద్యకు పరమార్థం
శీల సంపదేనంటూ
నూతన విద్యావ్యవస్థను ఆవిష్కరించి
భవితకు బాటలు పరిచిన దార్శనికుడు

దాహార్తితో తపిస్తున్న జనులకు
గొంతు తడిపిన భగీరధుడై
ప్రాణజ్యోతులు కొడి గట్టకుండా
చికిత్సలను అందించి ప్రాణదాతైనాడు

కులమతాలు, జాతివైరాలు
స్వదేశీ విదేశీ తేడాలు
భాషా భేదాలు కానరాని
విశ్వజనీన ప్రేమకు చిరునామైనాడు

అందరినీ ప్రేమించు
అందరినీ సేవించు నినాదంతో
భక్తులందరినీ ఏకతాటిపై నడిపిన
ఆ ప్రేమ అనంతమయం
ఆ సేవ అజరామరం

దరిద్ర నారాయణుల నుంచి
దేశాధి నేతల దాకా
ఏ పనినైనా
త్రికరణ శుద్ధితో చేయాలనే
ఆదర్శాన్ని తానూ ఆచరించి
భక్తులందరితో ఆచరింపజేసిన పర్తిసాయి

ఆస్తిక నాస్తిక సంవాదాలు
ఎన్నయినా ఉండనీ....
తన జీవితాన్నే పచ్చని చెట్టులా మలచి
సేద తీర్చిన ధన్యజీవి

ఆకుల రఘురామయ్య

అందుకే అంటున్నాను
బాబా పిలుపులోని
బంగారాన్ని అందుకుందాం
బాబా బోధనల నుండి
స్ఫూర్తిని నింపుకుందాం
బాబా సేవలోని
పరమార్థాన్ని గ్రహిద్దాం

జననం : 23-11-1926
మరణం : 24-04-2011

పర్తిసాయి (పుట్టపర్తి సత్యసాయి బాబా)
అనంతపురం మాసపత్రిక, 2011

సత్యాన్వేషి

అహింసా మంత్రమే జీవన విధానంగా
శాంతి జపమే పోరాట మార్గంగా
సత్యాన్ని అన్వేషించే బాటలో
జీవితాన్ని ఆత్మ విమర్శ చేసుకుంటూ
తాను చేసిన తప్పిదాలను
బహిరంగంగా విమర్శించుకున్న తపస్వి

సత్యనిష్ఠలో
ఏ రాజకీయ తత్వవేత్త
ఏ మత నాయకుడు
ఏ ఆధ్యాత్మిక గురువు
ఇవ్వలేని తార్కాణాన్ని
ప్రపంచం ముందుంచిన సత్యాన్వేషి

గాంధీజీ అంటే
స్వాతంత్రోద్యమం మాత్రమే కాదు.
ఆయనో వ్యక్తిత్వ వికాస శిక్షకుడు
ఆయన జీవన విధానమే ఓ పాఠం

ప్రతి అడుగులోనూ

ఆకుల రఘురామయ్య

ప్రతి మదిలోనూ
కొలువై ఉండాల్సిన జాతిపిత
పచ్చనోటు చూస్తే తప్ప
గుర్తుకు రాని దుస్థితిప్పుడు

సత్యం, ధర్మం, శాంతి, ప్రేమ
మస్తకాల్లో కనిపించలేదు
పుస్తకాల్లో తప్ప

ఏది ఏమైనా
వ్యక్తిత్వ నిర్మాణంలోనూ
జీవన విధానంలోనూ
నిరంతర చైతన్య స్ఫూర్తికి
ప్రేరణ మాత్రం బాపూజీనే

జననం : 02-10-1869,
మరణం : 30-01-1948

బాపూజీ (మోహన్దాస్ కరంచంద్ గాంధీ)
వజ్రసంకల్పానికి వజ్రోత్సవం
కవితాసంకలనం, అక్టోబర్ - 2022

చూపుడు వేలు

ఒక చేత్తో పుస్తకం పట్టుకొని
మరో వైపు చూపుడు వేలితో
వెనకబాటు తనాన్ని అధిగమించే
గుండె ధైర్యాన్నిచ్చారు దారి చూపిస్తూ,

అంటరాని తనం గాయాల నుంచే
సౌభ్రాతృత్వ గేయాన్ని విరచించి
తరాల తరబడి చీకట్లలో మగ్గిపోయిన
బహుజనులకు పాంచజన్యమయ్యాడు

నడిరేయి స్వాతంత్ర్యం దరిమిలా
ఎటు నడవాలో తెలియని జాతికి
స్వేచ్ఛా ఫలాలకు నోచని శోషిత వర్గాలకు
రాజ్యాంగ కాంతి పుంజమయ్యాడు.

జీవన పర్యంతం
సంఘర్షణ పథంలో సాగిపోయిన
ఆ మాట... ఆ బాట
ప్రభావితం చేస్తూనే వుంది

భవిష్యత్ తరాలకు
న్యాయం, స్వేచ్ఛ, సమానత్వం, సౌభ్రాతృత్వం
అనే నాలుగు స్తంభాలపై
సామాజిక న్యాయసౌధాన్ని నిర్మించిన
దార్శనికునికి జాతి ప్రణమిల్లుతూనే వుంటుంది

అణగారిన వర్గాల సాధికారత కాంక్షకు ప్రతీకగా
విగ్రహమై నిలిచారు ఊరూరా......
సాంఘిక అభద్రతకు గురైన ఏ వర్గమైనా
అతనిలోకే చూస్తుందిప్పుడు స్ఫూర్తి కోసం

జననం : 14-04-1891,
మరణం : 06-12-1956

బి. ఆర్. అంబేద్కర్ (భీమ్ రావు రామ్ అంబేద్కర్)
అంబేద్కరీయం కవితా సంకలనం 2017

జ్ఞాపకాల పొరల్లో

ఇంక్విలాబ్ జిందాబాద్

పోరాటాన్నే
తన ఆరాటంగా మలచుకొని
తుపాకీ చప్పుళ్లను
బాంబు పేలుళ్లను
తన బాటలో భాగం చేసుకొని
స్వాతంత్ర్య ఉద్యమంలోకి దూకిన
విప్లవ సూరీడతను

దేహం కన్నా
దేశం ముఖ్యమని
దేశ విముక్తి కోసం
ధైర్య సాహసాలతో
వెన్నుదన్నుగా నిలిచిన
యువ పోరాట యోధుడతను

గుండె గుండెలో ధైర్యం నింపేలా
నరనరాల్లో దేశభక్తి నిండేలా
భరత జాతి మీసం మెలేసేలా
మృత్యు దేవతే గర్వపడేలా

ఆకుల రఘురామయ్య

ఉరితాడునే
పూల మాలగా స్వీకరించిన ధీశాలి

భరత మాత కన్న ముద్దు బిడ్డా
పోరాట స్ఫూర్తిని నింపిన విప్లవ చైతన్యమా
మా నరాల్లో నెత్తురు
ప్రవహించినంత కాలం
మా గుండెల్లో దేశ భక్తి
పొంగి పొర్లినంతకాలం
మీరే మా స్ఫూర్తి
మీరే మా ఆదర్శం

మీ పేరు వింటే చాలు
మా మది పులకరిస్తుంది
మా తనువు పరవశిస్తుంది.
జోహార్ భగత్ సింగ్
ఇంక్విలాబ్ జిందాబాద్

జననం : 28-09-1907,
మరణం : 23-03-1931

భగత్ సింగ్ కవితా సంకలనం 2021

జ్ఞాపకాల పొరల్లో

ఆద్యుడై ...... ఆరాధ్యుడై

తన కలాన్ని
ఆయుధంగా చేసుకుని
నిద్రపోతున్న జాతిని
అక్షరాలతో తట్టి లేపిన యోధుడు

తెలంగాణా
సాహిత్య మాగాణిలో
విరగబూసిన సాహిత్య పైరును
ప్రపంచానికి చూపిన కృషీవలుడు

భాషోద్యమ నాయకుడై
రాజకీయ చైతన్యాన్ని నింపిన వీరుడై
సాధించిన విజయాలు
తరతరాలకు మార్గ దర్శనమే

ఆత్మ గౌరవ ఆద్యుడై
తెలంగాణా వైతాళికుడై
సమ సమాజానికి దర్పణమై
జాతి గుండెలకు ఆరాధ్యుడైనాడు.

ఆకుల రఘురామయ్య

జననం : 28-05-1896

మరణం : 25-08-1953

(సురవరం ప్రతాపరెడ్డి)
సురవరం – మనవరం కవితా సంకలనం
సెప్టెంబర్ 2022

తెలుగు ఠీవి

పదవుల కోసం
గ్రూపులు కట్టలేదు
గొడవలు నడపలేదు

హంగూ లేదు
ఆర్భాటమూ రాదు

రాజకీయమంటే
ప్రజాసేవ చేయడమేనని
మనసా వాచా కర్మణా
ఆచరించి చూపిన కర్మయోగి

సమర్థతే ప్రాతిపదికగా
అంది వచ్చిన అరుదైన పదవికి
కొత్త గౌరవం అద్దిన ఘనాపాటి

పి. వి పేరు వినగానే
సాంప్రదాయాలను గౌరవిస్తూనే
సరళీకృత ఆర్థిక విధానాల దృశ్యం
కళ్లముందు సాక్షాత్కరిస్తుంది

భారతదేశ పురోగమనానికి
రాజ బాటలు వేసిన
ఆ అపరచాణక్యుడు కీర్తి
తరతరాలకూ తరగని స్ఫూర్తి

పి.వి. అంటే
దౌత్యం లౌక్యం తెలిసిన విజ్ఞాని
దీర్ఘ దృష్టి గల రాజకీయ ద్రష్ట
నిస్వార్థ నికార్సైన తెలుగు ఠీవి

జననం : 28-06-1921,
మరణం : 23-12-2004

పి.వి. నరసింహారావు (పాములపర్తి వెంకట నరసింహారావు)
(పి.వి శతజయంతి వేడుకల సందర్భంగా)
మన పి.వి – ఘన ఠీవి కవితా సంకలనం జూన్ 2020

ప్రజాస్వామ్య వీచిక

క్విట్ ఇండియా నుంచి
కార్గిల్ విజయం దాకా
మట్టి రేణువు నుంచి
మహా అణువు దాకా
అతని ముద్ర ప్రస్ఫుటం

సంఘ్ ఒడిలో
పెరిగి పెద్దయి
మితవాదుల్లో అతివాదిగా
మతవాదుల్లో లౌకిక వాదిగా
దేశం గుండెల్లో నిలిచిన భారతరత్నం

గంగా ప్రవాహం లా
ఎగిసి పడే కవిత్వాన్ని
గుండె లోతుల్లోంచి తోడి
సాహిత్యాభిమానులకు పంచిన కవితా ఝరి

రాజకీయ కురుక్షేత్రంలో
మాటలే చురకత్తులుగా చేసుకొని
గురి తప్పకుండా సంధించే ప్రసంగంతో
శత్రు వర్గాన్ని పరాజితుల్ని

చేసిన మహా యోధుడు

రాజకీయాలకు
హుందాతనం నేర్పి
రాజనీతిజ్ఞత గల నేతగా
నిలువెత్తు నీతిగా
భారతీయ మదిని గెలుచుకున్న
ప్రజాస్వామ్య వీచిక

అధికారంలో ఆరేళ్లు
విపక్షంలో యాభై ఏళ్లు

ఆ స్వరం భాస్వరం
ఆ వ్యక్తిత్వం మహోన్నతం
ఆ జీవితం సప్తవర్ణ శోభితం

అటల్ బిహారీ వాజపాయ్ అంటే
నవతరానికి స్ఫూర్తి మంత్రం
ఆదర్శ రాజకీయాలకు ప్రతీక
నికార్సైన జాతీయవాది
నిజమైన అజాత శత్రువు

జననం : 25-12-1924
మరణం : 16-08-2018

అటల్ బిహారీ వాజ్ పేయి
కవిరాజు అటల్‌జీ కవితా సంకలనం 2018

జన హృదయ విజేత

సింహాసనంపై
నేనైనా నీవైనా వుండాలనే సిద్ధాంతంతో
బడుగు బలహీన వర్గాలను
బానిసలుగా మార్చు కొని
నియంతలుగా పాలిస్తున్న రోజులవి

బాధలను తీర్చి
బానిస సంకెళ్ళు తెంచి
పోరాడే వాళ్ళే లేరానని
అన్నార్తులు ఎదురు చూస్తున్న వేళ
డేరింగ్, డ్యాషింగ్, డైనమిక్ లా
నేనున్నానంటూ.. దూసుకొచ్చాడు అగ్గిపిడుగై

బెజవాడ నడిబొడ్డున
మీసాలు మెలేసి విర్రవీగే
రౌడీయిజాల ఆధిపత్యాన్ని
కాలర్ పట్టుకొని నిలదీశాడు

ఆకుల రఘురామయ్య

ఆ పేరు వింటే చాలు
ఆ రూపం చూస్తే చాలు
దోపిడి దారుల వెన్నులో
గజగజ వణుకు పుట్టేది

కులమతాల సంబంధం లేకుండా
కన్నీటిని తుడిచేస్తూ
బలహీనుల గుండెల్లో
అఖండ జ్యోతియైనాడు

పేద వాడి కష్టంలో
లేనివాడి నష్టంలో నేనున్నానని......
భరోసా ఇచ్చే అక్షయపాత్రైనాడు

అడుగంటి పోతున్న
ఆశలకు జీవం పోసి
కొడిగట్టి పోతున్న
జీవితాల్లో చిరుదీపమై
పిలిస్తే పలికే నాయకుడై
పేదల పాలిట మహానాయకుడై
జనహృదయ నేతైనాడు

మూడున్నరేళ్లే శాసన సభ్యుడిగా వున్నా
ప్రజాదరణ సాధ్యమైనది
తెలుగునాట ఆయన ఒక్కరికే

జ్ఞాపకాల పొరల్లో

ఆధిపత్యం కూలుతుందని
కుట్రదారులంతా ఒక్కటై
కులాల కత్తులతో
పదవీ పగలతో
దారుణ మారణ కాండకు తెగబడితే
మృత్యువు సైతం కంటతడి పెట్టింది

నాయకుడి గొప్పతనం
పదవులనలంకరిస్తేనేకాదనేలా
నలభై ఏళ్లు బతికినా
నలభై తరాలు చెప్పుకొనేలా
జీవించిన ధన్యజీవి, అమరజీవి

అణగారిన వర్గాలకోసం
ప్రాణాలర్పించి భౌతికంగా దూరమై
మూడున్నర దశాబ్దాలైనా
ఓ మనిషిని ఇంతలా ఆరాధిస్తారా అనేలా
చెక్కు చెదరని అభిమానంతో
ఊరూరా విగ్రహాలతో
ప్రజా నీరాజనాలందుకుంటూనే వున్నాడు.

మంచి నాయకులైతే
వారి జీవితాంతం ప్రేరణ ఇస్తే
అదే మహానేతైతే
వారి మరణానంతరం సైతం

జన హృదయ విజేతలై
ఉత్తేజ పరుస్తూనే ఉంటారు

అలాంటి మహా నేతే
వంగవీటి మోహన రంగా

జననం : 04-07-1947
మరణం : 26-12-1998

రంగా (వంగవీటి మోహన రంగా)
కాపునాడు మాసపత్రిక జులై - 2021

జయహో..... నందమూరి నాయకుడా

వెండితెరపై రారాజుగా వెలిగి
రాజకీయాలలో అధినేతగా మెప్పించి
తెలుగుదనానికి శాశ్వత చిరునామై
తెలుగు జాతి ఆత్మ గౌరవానికి
నిలువుటద్దమైన మహోన్నతుడు

సినీ ప్రస్థానం నుండి
రాజకీయ ప్రస్థానం దాకా
మాటల్లో తెలుగు
నటనలో తెలుగు
ఆహార్యంలో తెలుగు
బతుకులో తెలుగై
అడుగడుగునా... అణువణువునా
నిలువెత్తు తెలుగుదనంతో
మూర్తీభవించిన భాషోద్ధారకుడు

జోనర్ ఏమైనా.... పాత్ర ఏదైనా
తెలుగుదనం ఉట్టిపడేలా
నిండుదనం చేకూరేలా
సినీ మాయా బజార్లో
నటనకు ప్రాణ ప్రతిష్ఠ చేసి

ఆకుల రఘురామయ్య

సాటిలేని మేటి కథానాయకుడై
ఆబాల గోపాలాన్ని అలరించిన
విశ్వ విఖ్యాత నట సార్వభౌముడు

గోదావరి గలగలలు
కృష్ణమ్మ బిరబిరలు ఉన్నంతకాలం
ఆ రథ తపస్వి పాత్రలు
చిర యశస్సుతో వెలుగొందుతూ
ఏ పురాణ పురుషుడు గుర్తొచ్చినా,
ఆ తెరవేలుపే ఇంటి ఇలవేల్పుగా
తెలుగు జాతికి గుర్తొచ్చే
అపురూప ఆరాధ్య దైవమయ్యాడు.

రంగేసుకోనేవాడికి
రాజకీయం ఏం తెలుస్తుందన్న
ప్రత్యర్థుల విమర్శలకు సమాధానం ఇస్తూ
ప్రజల వద్దకే పాలనను తెచ్చి
ప్రజల కోసమే ప్రభుత్వమన్న
రాజ్యాంగ స్ఫూర్తిని ఆచరణలో చూపిస్తూ
సంక్షేమ పథకాలకు మారుపేరుగా నిలుస్తూ
అవినీతి రహిత పాలనను అందిస్తూ
అభిమానుల గుండెల్లో నిలిచిన మహానాయకుడై
తెలుగు జాతితో అన్నా... అని
ఆప్యాయంగా పిలిపించుకున్న అజరామరుడు

జ్ఞాపకాల పొరల్లో

నటుడిగానే కాక...
రాజకీయ నేతగా
సామాన్యులపై అసామాన్య ప్రభావం చూపిన
మరుపురాని, మరవలేని ఓ.... మహామనిషీ
చరిత్ర పుటల్లో...జాతి గుండెల్లో
మీరు అజరామరం
మీ పేరు చిరస్మరణీయం
జయహో... తారక రాముడా
జయహో.... నందమూరి నాయకుడా

జననం : 28-05-1923
మరణం : 18-01-1996

యన్టీఆర్ (నందమూరి తారక రామారావు)
నయనానందకారక తారకరాముడు శతజయంతి ప్రత్యేక సంచిక – 2022

మహాభినిష్క్రమణం

విద్యాదాతగా

ఆరోగ్యశ్రీ ప్రదాతగా

పేదప్రజల పక్షపాతిగా

రైతు జన బాంధవుడయ్యాడు.

అపర భగీరథుడుగా

హరితాంధ్రప్రదేశ్ లక్ష్యంగా

విలక్షణ యాత్రికుడిగా

బలహీన వర్గాల అభివృద్ధే ధ్యేయంగా కదిలాడు

తరం తరం నిరంతరం

ఎంతో ఎత్తుకెదిగి

అందరి మదిలో ఒదిగి

రాజువై.... రారాజువై

రాజశేఖరుడవై నిలిచావు యదయదలో

మృత్యుపాశం తరుముకు రాగా

పుడమి ఒడిలో ఒరిగినా

మరణం లేని అమరజీవిగా

మా గుండెలో ఒదిగావు

జ్ఞాపకాల పొరల్లో

ఆది నుంచి
అమరత్వం వరకూ
మాట తప్పని మడమ తిప్పని
సాహసవంతమైన నాయకుడివైయ్యావు

నీ అర్థాంతర మహాభినిష్క్రమణం
తెలుగు జాతికి తీరని శోకం
నీ జ్ఞాపకమే నెమరేసుకుంటూ
బ్రతుకుతున్నాం జీవచ్ఛవాల్లా

శ్వేత పత్రంపై
అక్షర సత్యాలు రాయాలంటే
నా కలం సైతం
కన్నీరు కార్చుతోంది

మా మాతృభాషకు
ప్రాచీన హోదా తెచ్చిన మహనీయుడా
నీకే మిచ్చి నీ ఋణం తీర్చుకోగలం
అక్షర నీరాజనాలు తప్ప

జననం : 08-07-1949,
మరణం : 02-09-2009

వై.యస్.ఆర్ (యెదుగూరి సందింటి రాజశేఖరరెడ్డి)

కలాం – సలాం

ఆ పేరు వింటే చాలు
గుండెల్లో విజయ గర్వం పొంగడానికి
ఆ పలుకు చాలు
శిఖరమంత స్ఫూర్తి నింపడానికి

పోరాటానికి ఓనమాలు నేర్పి
విజయానికి దరహాసం చేర్చి
కష్టాల కడలికే ఈతలో తర్ఫీదు ఇచ్చి
కార్య సాధనకు చిరునామాగా
నిలిచిన అనితర సాధ్యుడు

కలికానికి కూడా
కానరాకుండా పోతున్న
మానవీయ విలువలకు
పట్టం గట్టిన మహా మనీషి

ఇటు నమాజు పిలుపును
అటు హరహర మహాదేవ నినాదాలను
ఆకళింపు చేసుకుంటూ పెరిగిన వైణికుడు

జ్ఞాపకాల పొరల్లో

కలలైనా... నిజమైనా
అంతా ప్రతికూలతలు చూసే చోటే
భిన్న భాష్యాన్ని నిర్వచించి
ముందడుగేసిన వినూత్న ఆవిష్కర్త

కడు పేదరికంలో పుట్టి
తాను కొట్టు మిట్టాడినా
పేదరిక శృంఖలాలు తెంచి
భరత ధాత్రి విముక్తికై
సురుచిర స్వప్న సాక్షాత్కారానికి
జీవితాన్నే ధారపోసిన మహర్షి

వ్యక్తి కన్నా దేశం గొప్పదని
నిజాయితీగా నమ్మిన
నిష్కళంక జాతీయవాది

మధ్య పాపిడితో
చెవుల పైకి వదిలేసిన జుట్టుతో
చెరగని చిరునవ్వే ఆభరణంగా
కనిపించే ఆ మోము
మదిలో చెరగని ముద్ర వేసింది
ఒక విజ్ఞాన సూచికగా....

యువజన జాగృతికి
స్వామి వివేకానంద పిలుపిస్తే
స్వాతంత్ర్య ఉద్యమంలో

ఆకుల రఘురామయ్య

నేతాజీ యువశక్తిని కదం తొక్కిస్తే
సమున్నత లక్ష్యాల్ని కని
సాధించే తెగువ కనబరచాలంటూ
నేటితరానికి నూరిపోసిన చైతన్య శ్రామికుడు

అతనంటే బాలలకు స్ఫూర్తి
యువతకు చైతన్య దీప్తి,
శాస్త్రవేత్తలకు మిసైల్ మ్యాన్
నేతలకు ఆదర్శం
యావత్ దేశానికి వినమ్ర దిక్సూచి

జనన మరణాల మధ్య లభించే
రెప్పపాటు జీవితాన్ని
అర్థవంతంగా గడిపిన కర్మర్షి

విభిన్న వర్గాల దేశాన్ని
సమైక్య భారతావనిగా తీర్చిదిద్దిన
బాపూజీ చిరస్మరణీయుడైతే
ఆధునిక సవాళ్లకు దీటుగా
సమైక్య జాతీయ వాదాన్ని రగిలించిన
కలాం అద్వితీయుడు

భిన్నత్వంలో ఏకత్వానికి ప్రతీకగా
ప్రజల ఆకాంక్షలకు ఆలంబనగా
మానవ హక్కులకు ఊతంగా

జాతీయ వాదాన్ని
నిర్వచించుకోవాల్సిన సందర్భమిది.

ప్రజాస్వామ్యం అంటే
ఒక జీవన విధానం
అందులో
శాంతియుత మార్పులకు రూపశిల్పులం కావాలి
విప్లవాత్మక సంస్కరణలకు ప్రయోక్తలమూ కావాలి
భవిష్యత్ తరాలకు వెలుగుబాట పరిచే క్రమంలో
తనను తాను పునరావిష్కరించుకోవాలి

అసమానతల్లేని భరతజాతి
ప్రపంచశక్తిగా రూపాంతరం చెందాలంటే
జాతి జనం అహరహం శ్రమించాల్సిందే

అప్పుడే
కలాం కలలు కన్నట్లుగా
సమాజ ఆవిష్కరణ జరిగేది

జననం : 15-10-1931
మరణం : 27-07-2015

ఎ.పి.జె. అబ్దుల్ కలాం (అవుల్ పకీర్ జైనులబ్దిన్ అబ్దుల్ కలాం)
ఒక విజేత కవితా సంకలనంలో అక్టోబర్-2015

పురచ్చితలైవి

కఠినమైన బాల్యాన్ని
అనిష్టమైన సినీరంగాన్ని
జటిలమైన రాజకీయాన్ని
సవాల్ చేసి గెలిచిన సాహసి

మొక్కవోని ధైర్యమై
సడలని సంకల్పమై
తానే ఒక సైన్యమై
అభిమానుల అమ్మయై
రాజకీయ పుంగవులతో
'జయ'హో అనిపించుకొన్న మహారాజ్ఞి

రాజకీయ చదరంగంలో
కాకలు తీరిన ప్రత్యర్థులని
మేరు న(మ)గధీరులను
మట్టి కరిపించి
అఖండ జైత్రయాత్రను
సాగించిన శక్తి స్వరూపిణి

జ్ఞాపకాల పొరల్లో

శాసన సభ సాక్షిగా
దుశ్శాసన పర్వాన్ని ఎదుర్కొన్నా
ప్రతి ఘటనలు, పరాభవాలనే
సోపానాలుగా మలచుకొని
ఆత్మ స్థైర్యాన్ని చెదరనీయకుండా
రాజకీయ యువనికపై పోరుసల్పి
జన హృదయ విజేతయింది

అమ్మగా ఆరాధించే
జనావళికి కామధేనువై
స్తోత్రపాఠాలతో సాష్టాంగపడే
వీర విధేయులకు కల్పతరువైనది

కన్నడ నాట పుట్టినా
దిగ్విజయాల బావుటాను
తమిళనాట ఎగరేసి
బడుగు జనాల దేవతగా
అట్టడుగు వర్గాల ఆశాదీపంగా
సంక్షేమ రథసారధిగా
చెదరని స్థానాన్ని సంపాదించుకున్న పురచ్చితలైవి

రెండాకుల పార్టీకి
చెప్పిందే వేదమై
చేసిందే శాసనమై
సర్వం తానై నిలిచిన ఆ నిర్యాణం
కుదుళ్లతో మహావృక్షం కూలినట్లనిపిస్తోంది

ఆకుల రఘురామయ్య

హీరోలు సి.యం కావొచ్చేమో
కానీ..... హీరోయిన్ సి.యం అవ్వడం
గ్రేట్ అచీవ్ మెంటే కదా
జయలలిత అంటే
ఓ లీడరే కాదు
ఓ డిక్టేటర్ కూడా

పోరాటమే
జీవితమైన ఆ స్ఫూర్తి
మలగని దీప్తి

జననం : 24-02-1948
మరణం : 05-12-2016

జయలలిత (కోమలవల్లి, జయలలిత జయరామ్)
విప్లవనాయకి కవితా సంకలనం – 2017

కలైంజ్ఞర్

భాషా సంస్కృతులను
సుసంపన్నం చేస్తూ
కళలకు, రాజకీయాలకు
వారధైన రాజకీయ దురంధరుడు

ద్రవిడ ఉద్యమాన్ని
సాంఘిక సంస్కరణలకే కాకుండా
రాజకీయోద్యమంగా మలిచిన యోధుడు

అన్నాదురై నుంచి
పదవి వారసత్వం అందుకొన్న
బాల భాస్కరుడై
సంకీర్ణ రాజకీయాలను శాసించి
బహుముఖ వికాసం కోసం
రాజీ లేని పోరు సాగించిన దార్శనికుడు

దైవాన్ని నమ్మని పరమ నాస్తికుడైనా
శాసన సభా పర్వంలో
పరాజయం యెరుగని నాయకుడుగా
జనం తనను ఆశీర్వదించేంతగా
ఎదిగిన ద్రవిడ ఉద్యమ సూరీడు

స్కూల్ చదువు
మధ్యలో వదిలేసినా
తమిళ పాఠకులను
ఉర్రూతలూగించే రచయితై నాడు

సన్నివేశాల జిగిబిగి సడలకుండా
కథా సంవిధాన రచనలో
మంత్ర ముగ్ధుల్ని చేసేలా
చేయి తిరిగిన కలైంజ్ఞరయ్యాడు

వెండి తెరదాటి
జన బాహుళ్యంలోకి విస్తరించిన
ఆ కలానికి లొంగని
సాహితీ ప్రక్రియ లేదు

కుల రాజకీయాలున్నా
భాషా పరమైన రాజకీయాలతో
ప్రజా జీవితాన్ని జనరంజకంగా
మలచుకొన్న మాటల మాంత్రికుడు

ఓ స్క్రీన్ ప్లే రైటర్
స్టార్ స్టేటస్ అనుభవించినా
అరవ రాజకీయాలను
నల్లని అద్దాలతో శాసించినా
అది కరుణానిధికే చెల్లింది.

నిమ్న కులాల వలన
నిమ్న కులాల చేత
నిమ్న కులాల కొరకు
స్వీయ పరిపాలనను అభివర్ణించి
సాగించిన సంస్కరణోద్యమ ఫలాలు
కళ్ళకు కడుతున్నాయి నేడు

అపరచాణక్యనీతికి సరైన అర్థమై
భాషాభిమానానికి నిలువెత్తు సంతకమై
నమ్మిన విలువలకోసం నిలబడ్డ నేత
భౌతికంగా మన మధ్య దూరమైనా
అరవ రాజకీయ, సాహిత్య ప్రస్థానంలో
కరుణానిధి స్మృతులు
చిరస్మరణీయం
నిత్య స్ఫూర్తి దాయకం

జననం : 03-06-1924
మరణం : 07-08-2018

కరుణానిధి (ముత్తవేల్ కరుణానిధి)
సాహితినిధి కరుణానిధి కవితా సంకలనం - 2018

ఆకుల రఘురామయ్య

విశ్వంపాట

ఆధునికతను ఆహ్వానించినా
ఆవేశానికి లొంగని
ఆధునికవాది అతడు

సంప్రదాయాన్ని సమర్థించినా
ఛాందసం ఎరుగని
సంప్రదాయ వాది అతడు

గోర్కీని అభిమానించినా
కాళిదాసుని ఆరాధించినా
భావాల్లో అతివాది
మాటల్లో మితవాది

నమ్మిన సిద్ధాంతానికి
చిత్తశుద్ధితో
కట్టుబడిన మహా మనిషి

కోటి గొంతుల
కిన్నెర మీటు కొనుచు
కోటి గుండెల
కంజరి కొట్టుకొనుచు

జ్ఞాపకాల పొరల్లో

పెన్నేటి పాటలో
కన్నీటి గేయాన్ని
వినిపించిన మట్టిలో మాణిక్యం

పెన్నేటి పాటంటే
కష్టజీవుల బతుకాట
కరువు జీవిత కన్నీటి గాథ
ఛిద్రమైపోయిన బతుకుల అద్దం

విద్వాన్ పట్టానే
ఇంటిపేరుగా చేసుకున్న
మీసరగండ విశ్వరూపాచారీ
మీ పాట
విశ్వం పాటై ప్రతిధ్వనిస్తోందిప్పుడు

గంజి కరువు చేసిన గాయాన్ని
హృదయ వేదనగా మలిచిన
ఓ... అక్షర శ్రామికుడా
సాహిత్య సృజనతో
మానవ పరివర్తన కోరుకున్న
ఓ... మానవతా వాదీ
మీకివే ... నా అక్షర నీరాజనాలు

విద్వాన్ విశ్వం (మీసరగండ విశ్వరూపాచారి)

పటిక పువ్వులు కవితా సంకలనం 2019

జననం – 21.10.1915

మరణం – 19.10.1987

ఏమిచ్చి మీ రుణం తీర్చుకోగలం

జీవితంలోని
ప్రతి క్షణం పరులకై తపిస్తూ
పరోపకారమే ప్రాణంగా
బతికిన మహనీయుడు

కరువు బాధితులపై
కరుణ కురిపిస్తూ
ఆకలి బాధలు తీర్చిన
అనంత జాలి గుండె

సేవే నా మతమంటూ
ప్రేమే నా అభిమతమంటూ
అక్షరాలా ఆచరించిన
మానవీయ ప్రవక్త

సేవా విత్తనాలను నాటి
ఎన్నో వితరణ వృక్షాలను
పెంచి పోషించిన సేవా విధాత

సహాయానికి
పర్యాయపదంగా...
ఓ ఆత్మీయ స్పర్శగా
మేరునగమైన మానవతా మూర్తి

నిరాడంబరుడిగా
పేదల అభివృద్ధికే అంకితమైన
ఆ జీవితం ఆదర్శం

మన ఊరు మన జిల్లా కాదు
మన రాష్ట్రం మన దేశం కాదు
అయితేనేం
సేవలతో ఖండాంతరాల ఖ్యాతిని
సొంతం చేసుకున్న అమృత మూర్తి

ఆర్.డి.టి స్థాపించి
కోటాను కోట్లు ఖర్చు చేసి
ఆభాగ్యుల బాధలను, పేదల కన్నీళ్లను
కడతేర్చిన దీనజనోద్ధారకుడు

బడుగు బలహీన వర్గాల గుండె చప్పుడై
నిస్వార్థ సేవకు నిలువెత్తు దర్పణమై
నిరక్షరాస్యతను పారద్రోలిన అక్షర సూరీడై
కవిత్వంతో కొలవలేని వ్యక్తిత్వ సంపన్నుడైన
ఫాదర్ విన్సెంట్ ఫెర్రర్ కి

ఆకుల రఘురామయ్య

ఏమిచ్చి రుణం తీర్చుకోగలం
అశ్రునివాళులు అందించడం తప్ప....

జననం : 09-04-1920
మరణం : 19-06-2009

(ఫాదర్ విన్సెంట్ ఫెర్రర్ శత జయంతి సందర్భంగా)
అనంతపురం మాసపత్రిక ఏప్రిల్ – 2020

భాషాశాస్త్రవేత్త

తెలుగు సాహిత్యానికి
సరికొత్త చూపును ప్రసాదించి
భాషా సంస్కృతీ
పరిమళాల సుగంధ దిక్సూచి

అక్షరాకృతికి
సొగసులు అద్ది
శబ్దానికి ప్రాణ ప్రతిష్ఠ చేసి
సామాన్యుడి వ్యాకరణ దాతైనాడు

కాశ్మీర్ నుంచి
కన్యాకుమారి దాకా
దారి పొడవునా
మీ ఖ్యాతి వెలుగు లీనుతోంది

అనంత నుంచి
అమెరికా దాకా
శ్రీ కళాపూర్ణుడై పయనిస్తున్న
అలుపెరగని సాహిత్య బాటసారి

ఆకుల రఘురామయ్య

మీరు పెట్టిన
అక్షర ప్రసాదంతో ధన్యమైన
విద్యార్థుల జీవితాలెన్నో

శ్రీకృష్ణదేవరాయ యూనివర్సిటీ
భువన విజయ ప్రాంగణంలో
తెలుగు శాఖ
పునీతమైంది మీ పాదస్పర్శతో

ఓ... భాషా పరిశోధకాగ్రగణ్యా
మీకివే అనంత అక్షర నీరాజనాలు!!

జననం : 29-12-1921
మరణం : 11-10-2016

ఆచార్య కోరాడ మహాదేవ శాస్త్రి

జ్ఞాపకాల పొరల్లో

అనంత విశ్వనరుడు

అవధాన విద్యకు
పద్య విద్యకు హాలికుడై
అనంత సాహితీ క్షేత్రంలో
తెలుగు సాహిత్య మాగాణులు
పండించిన అనంత పోతనామాత్యుడు

అగ్రవర్ణ ఆధిపత్యము
వామపక్ష భావజాలము
తన చుట్టూ విస్తరించినా
సంప్రదాయ సాహిత్యానికి
అండగా నిండుగా మెండుగా
నిలబడిన అవధానాచార్యుడు

నిరాడంబరత
లలిత గంభీర శాంతము
సంప్రదాయ సాహితీతత్వము
త్రిగుణాలుగా రూపొందిన
అనంత విశ్వనరుడు

చంపక పరిమళాలను
ఉత్పల సౌరభాలను
తేటగీతుల తేజస్సును
ఆటవెలదుల నాట్యాలను
మత్తేభాల గాంభీర్యాలను
శార్దూలాల గాండ్రింపులను
చిక్కని అర్థాలతో
చక్కని విరుపులతో పద్యాలల్లి
అవధాన సాహిత్యామృతాన్ని
ఏరులుగా పారించిన అవధాన చక్రవర్తి

ప్రాంతాల సరిహద్దులు దాటి
కలమతాల అడ్డుగోడలు చెరిపి
అవధాన వైభవాన్ని
తెలుగు భాషా మాధుర్యాన్ని
రుచి చూపిన అనంత సాహితీ వైతాళికుడు

విశ్వనాథ సంప్రదాయము
కరుణశ్రీ కవన లాలిత్యము
జాషువా దిక్కార స్వరముతో
అభ్యుదయ పంథాలో
అత్యంత ప్రశంసా పాత్రంగా
పండిత పామర రంజకంగా
నడిపించిన అభినవ సాహితీ సోమయాజి

జ్ఞాపకాల పొరల్లో

ఎదురీదిన అనుభవాలూ
అనుభవించిన సన్నివేశాలెన్ని వున్నా
స్థిర చిత్తంతో సహించి
భరించిన తాత్విక యోగి

కరువు సీమలో
పేరుకు తగినట్లు
సంప్రదాయ సాహిత్య సరస్వతికి
తానొక ఆశావాదమైనాడు.
తానొక ప్రకాశవంతమైనాడు.
తానొక పద్మశ్రీ అయినాడు

అరమరికలు లేని ఆ చిరునవ్వు
మూర్తీభవించిన ఆ సాత్వికత
ఆప్యాయంగా పలకరించే ఆ వ్యక్తిత్వం
తెలుగు భాషపై
ఆదరాభిమానాలున్న
ప్రతి వ్యక్తినీ పులకింపచేస్తుంది

జీవిత కాలమంతా
అవధాన సరస్వతిని
దీక్షా దక్షతలతో సేవించిన

ఆకుల రఘురామయ్య

ఆ వాణీ వరపుత్రుడు
కొరివిపల్లి వాసి
భౌతికంగా మన మధ్య లేకున్నా.
అనంత నేలపై నడయాడడం
అనంతవాసుల సుకృతమే కదా

జననం : 02-08-1944
మరణం : 17-02-2022

ఆశావాది ప్రకాశరావు (ఆసాది ప్రకాశం)

అనంత మహామనిషి

అమ్మపాలకున్న స్వచ్ఛతను
అక్షరానికి ఆపాదించి
అక్షర పాపలను నవలలుగా
మలిచిన మహోన్నతుడు

జడ జగత్తు
పాత వాసనలను సడలించి
సరికొత్త సువాసనలను
పంచిన మట్టిపుత్రుడు

మన లోపల మనకే
తెలియకుండా దాక్కున్న
అసమానతల మనస్తత్వంతో
మాట్లాడే జీవత్వం గల
అక్షర ధారలను కురిపించే సాహితీ రత్నం

విశ్వ జనీనమైన దృష్టితో
దళిత సాహిత్య దిక్సూచియై
అనంత సాహితీ దివిటీయై
పరిపూర్ణమైన మానవత్వమై
అనంత మహా మనిషయ్యాడు

తెలుగే తన జీవనాలుకై
తెలుగే తన రక్తప్రసరణై
తెలుగు తల్లి వరపుత్రుడైనాడు.
అనంత సీమ దేవపుత్రుడైనాడు

అసమానతలు
అరమరికలు లేని
మహోన్నతమైన సమాజానికై
సాహితీ ప్రయాణం చేసిన తపస్వి

తడినిండిన
మీదైన చూపు
మీదైన పరిణితి చూసి
ఎలా వుండగలమయ్యా మురిసిపోకుండా......

మీ కథలంటే మాకిష్టం
మీ పలకరింపంటే మాకిష్టం
మీ ఆత్మీయతంటే మాకిష్టం
మీ ప్రేమతత్వమంటే మాకిష్టం
మీ స్వచ్చతత్వమంటే మాకిష్టం

మా మధ్య
మీరు భౌతికంగా లేకున్నా
మీ ఆశలనూ....
మీ ఆశయాలనూ....
సజీవంగా నిలబెడతాం

ఎదురు పడిన వారికంతా
తెలుగు భాషా మాధుర్యాన్ని
రుచి చూపించడానికైనా
మళ్లీ పుడతాడేమో....

విశ్వజనీన జీవన విలువల్ని
మానవ సంబంధాల మాధుర్యాన్ని
పరిచయం చెయ్యడానికైనా
మళ్లీ వస్తాడేమో.....

జననం : 24-04-1952

మరణం : 18-10-2016

చిలుకూరి దేవపుత్ర

కథా సింగం

సింగమనేని అంటే
సంప్రదాయ సాహిత్య
భావజాలం నుండి విముక్తుడై
అభ్యుదయ రచయితైన సాహితీ శిఖరం

సింగమనేని అంటే
మార్క్సిజాన్ని మించిన
మానవతావాదం లేదని నమ్మి
ఆ ప్రాపంచిక దృక్పథం నుండే
రచనలనావిష్కరించిన నిబద్ధుడు

సింగమనేని అంటే
అనంత కరువుని
నీళ్లులేని కన్నీళ్ల సాగును
ముఠాకక్షల స్వరూపాన్ని
మానవ సంబంధాల్లోని మార్పులని
తెలియ జెప్పిన సీమ సంతకం

జ్ఞాపకాల పొరల్లో

సింగమనేని అంటే
తరతరాలుగా దోపిడికి గురౌతూ
దుర్భరమైన జీవితాన్ని
అనుభవిస్తున్న రైతన్న కథ

సింగమనేని అంటే
అనంత సాహిత్యాన్ని
అక్షర సేద్యంతో సుసంపన్నంచేస్తూ
సాహిత్యంలోనైనా
రైతును బతికించాలన్న తాపత్రయం

సింగమనేని అంటే
సామాజిక ప్రయోజనాన్ని
రచనల్లోనే కాంక్షించడమే కాదు
జీవితం లోనూ ఆ విలువల్ని
ఉన్నతంగా నిలుపుకున్న మహోన్నతుడు

సింగమనేని అంటే
విలువలలో
రాజీపడని నిక్కచ్చి
నచ్చని వైఖరులను
చెప్పేటప్పుడు ఎంతో నిష్కర్ష

సింగమనేని అంటే
పాత మార్గానికో బలం
కొత్త దారికో ధైర్యం

ఆకుల రఘురామయ్య

యువ గొంతుకకు మద్దతు
నవ భావ ధారకు తోడ్పాటు

సింగమనేని అంటే
అందమైన ఆకారం
ఆకర్షణీయమైన ఆహార్యం
అలుపెరగని కంఠస్వరం
స్పష్టమైన వాక్య పరిమళం

సింగమనేని అంటే
రైతు పక్ష పాతి
మానవతావాది
వామపక్ష వాది
తెలుగు కథా సింగం.
అనంత గుండె చప్పుడు

ఆయనిచ్చే నైతిక స్థైర్యం
మాటల్లో చెప్పలేనిది
ఆయన పంచే స్నేహ వాత్సల్యాలు
కొలతల్లో కొలవ లేనిది

ఆ పేరులో
సాహితీ ప్రపంచానికి
అందనంత లోతు వుంది
ఆ కథల్లో

జ్ఞాపకాల పొరల్లో

అనంత సాంస్కృతిక
జీవనం దాగి వుంది

చివరి నిమిషం దాకా
అక్షర గవాక్షాలను తెరిచి
ఊపిరి నింపుకున్న అనంత కథకుడు

కథను
ఒంటరి చేసి వెళ్ళిపోయినా
తెలుగు కథ ఉన్నంతకాలం
సింగమనేని చిరంజీవే

జననం : 26-06-1943
మరణం : 25-02-2021

సింగమనేని నారాయణ

నవరసాల మహా నటనా సంపన్నుడు

బారెడు రాగాలు తీయకుండా
తబలా మోతలు మోగకుండా
భావ ప్రధానమైన అభినయంతో
ప్రేక్షకులను రంజింపజేసిన
నవరసాల మహా నటనా సంపన్నుడు

రంగస్థలమే ప్రాణమై
నటనారంగమే ఊపిరై
ఆంధ్రనాటక రంగ ప్రభాకరుడై
సముదాత్త నటనా ప్రదీపకుడైన
కళామతల్లి ముద్దుబిడ్డ

జాతి ప్రగతికి అడ్డు గోడలైన
మూఢాచారాలను......
కులమతాల సంకుచితత్వాలను
రూపు మాపాలంటే
నాటక రంగమే శరణ్యమని
ఎలుగెత్తి నినదించిన విప్లవ నటుడు

స్త్రీల పాత్రలు
స్త్రీలే ధరించాలని చెప్పి
వాళ్లని రంగస్థలమెక్కించి
వాస్తవికతకు పట్టం కట్టిన రంగస్థల రత్నం

విదూషక వేషం అయినా
మహారాజు పాత్ర అయినా
ప్రాణ ప్రతిష్ఠ చేసి
నటనకు నిలువెత్తు సాక్ష్యమైనాడు

"రాఘువ మహరాజ్ కీ జై "అని
గాంధీజీ కొనియాడినా
సహజ నటన సృజనకు మెచ్చి
రవీంద్రుడు జేజే లు పలికినా
అనంతవాసి రాఘవకే చెల్లింది

నాటకరంగం
అంటేనే గుర్తొచ్చేది
బళ్లారి రాఘవ పేరే

నాటక రంగాన్ని
విశ్వవ్యాప్తం చేసింది
అనంత ఖ్యాతిని
దశ దిశలా చాటింది

ఆకుల రఘురామయ్య

బళ్లారి రాఘవగా పేరొందిన
తాడిపత్రి రాఘవాచార్యులే

ఆయనకు
నిజమైన ఘనమైన
నివాళి అంటే
నాటక కళాభివృద్ధి
కార్యరూపం దాల్చినప్పుడే

జననం : 02-08-1880
మరణం : 16-04-1946

బళ్లారి రాఘవ (తాడిపత్రి రాఘవాచార్యులు)
బళ్లారి రాఘవ ప్రత్యేక సంచిక 2012

"శోభా" యమానమైన నాట్య "శోభ"

ప్రార్థనలతో పారవశ్యాలకే బంధీయైన
సాంప్రదాయ నృత్య కళలోకి
సమకాలీన సమస్యలను చొప్పించి
ప్రేక్షకులను మెప్పించి ఒప్పించిన
ఆ నాట్యం 'శోభా'యమానం

తెలుగింటి సంస్కృతి గొప్పదనాన్ని
కూచిపూడి నాట్య ఔన్నత్యాన్ని ఎల్లలు దాటించి
ప్రపంచ ప్రజలకు చేరువ చేసి
నటరాజ సేవలో తరించిన
ఓ... సువర్ణ నాట్య కమలమామె

ఈ కళ నేర్చుకుంటే
ఏమొస్తుంది అని ప్రశ్నించుకుంటూ
లాభం ఏమిటో అని
బేరీజు వేసుకుంటున్న రోజుల్లో
పోగుబడిన డబ్బుల్లోనో...
అత్యున్నత పదవుల్లోనో..
నిజమైన ఆనందముండదని
నిరూపించిన నాట్య కలశమామె

ఆకుల రఘురామయ్య

ఎవరికీ అందనంత
ఎత్తుకు ఎదిగినా
ఒదిగిన వ్యక్తిత్వంతో
నేటి యువత ముందు
నిలువెత్తు ఆదర్శంగా నిలిచిన
నిత్య చైతన్య స్ఫూర్తి ఆమె

శిష్య ప్రశిష్య
నృత్య కళాపరంపరే
ఇప్పుడామెకు శాశ్వత చిరునామా

భౌతికంగా దూరమైనా
ఆమె అందించిన కళానిధి
కూచిపూడి బతికున్నంత కాలం
ఆ కళలో శోభిల్లుతూనే ఉంటారు.

నాట్యమే శ్వాసగా....
నాట్యమే ధ్యాసగా....
ఆమె చూపిన బాటలోనే
సమకాలీన దృక్పథాన్ని జోడిస్తూ
కూచిపూడిని విస్తరించినప్పుడే
కలకాలం ఆ కళ వర్ధిల్లేది

జ్ఞాపకాల పొరల్లో

ఎందరో మహానుభావులున్నా
కూచిపూడిపై చెరగని ముద్ర ఆమెదే
ఆమె రూపం.... ఓ శిల్ప కళాకృతి
ఆమె అభినయం.. ఓ అపూర్వ స్మృతి

కూచిపూడి అంటే శోభానాయుడే
శోభానాయుడు అంటే కూచిపూడి
అంతే...!

జననం : 1956
మరణం : 14-10-2020

(కూచిపూడి నాట్యకళాకారిణి పద్మశ్రీ కట్టా శోభానాయుడు)
వట్టిపువ్వులు కవితాసంకలనం 2021

నిరతాన్న ధాత్రి

అన్ని దానాల్లోకీ
అన్నదానం గొప్పదని
మనసా వాచా కర్మణా
ఆచరించి చూపిన బువ్వన్న కూతురామె

అన్నదానం చేసి చేసి
ఆస్తులన్నీ కరిగి పోయినా
ప్రతి ఫలాన్ని ఆశించకుండా
అన్నార్తుల ఆకలి తీర్చిన జోగన్న ఇల్లాలామె

తూర్పు గోదావరి నుండి
ఖండాంతరముల దాకా
నిరతాన్న ధాత్రిగా
యశస్సును పొందిన ఆంధ్రుల అన్నపూర్ణమ్మ

అన్నార్తుల ఆకలిలోనే
పరమాత్మను దర్శించి
ఆకలిగొన్న వారికి అన్నం పెట్టి
ఆత్మ సాక్షాత్కారం పొందిన మహాతల్లి

జ్ఞాపకాల పొరల్లో

ఆ తల్లి వ్యక్తిత్వం మహోన్నతం
ఆ తల్లి ఔదార్యం అనన్య సామాన్యం
ఆ తల్లి జీవనం ఆదర్శ ప్రాయం
ఆ తల్లి జీవితం చరితార్థం.

జననం : 1841
మరణం: 1909

డొక్కా సీతమ్మ
అన్నపూర్ణమ్మకు అక్షరాంజలి కవితా సంకలనం 2019

స్వరసామ్రాజ్ఞి

శివుడు శంఖాన్ని పూరించినట్లు
గొంతుని పూరించి గానం చేస్తుంటే
ప్రణవ నాదమైన ఓం కారం
ఉద్భవించినట్లుంటుంది ఆ స్వరంలో

అర్థవంతమైన శృతిలయలతో
భావస్ఫోరకమైన రాగాలాపనతో
సంగీత సామ్రాజ్యంలో
గానసరస్వతీ కచేరీ చేస్తున్నట్లుండేది

సంగీతంలో సాహిత్యానికి
విశిష్ట స్థానాన్నిచ్చిన విద్వాంసురాలు

సాహిత్యంతో పాటు
అలౌకిక అనుభూతితో
శ్రోతలను తనతోపాటు
రసజగత్తులో తేలియాడించిన స్వర సామ్రాజ్ఞి

కౌసల్యా...సుప్రజారామా... అని
మధుర మంజులంగా ఆలపిస్తుంటే

జ్ఞాపకాల పొరల్లో

కలియుగ దైవం కూడా
మైమరచిపోతుంటాడు ఆ గానానికి

సంగీతం ప్రపంచ భాషని
సంగీతం సమైక్యతా సాధకమని
నిరూపించిన స్వరమది

నవ్యత, సృజనాత్మకత
సౌకుమార్యం, సౌందర్యం
కలగలిసిన ప్రతిభతో సాగిన
ఆ స్వరయాత్ర ఓ సువర్ణ అధ్యాయమైంది.
భారతీయ సంగీత ప్రపంచంలో

జాతీయ సమైక్యతా వారధిగా
సాంస్కృతిక ఖండాంతర రాయబారిగా
ఆమె వ్యక్తిత్వం విలక్షణం
ఆమె దాతృత్వం అనుపమానం
ఆమె బాట స్ఫూర్తి దాయకం

ఎంత ఎదిగినా
ఇసుమంత అహంభావం లేకుండా
నమ్రత కోల్పోకుండా
నిరాడంబర జీవితాన్ని గడిపిన కుంజమ్మ

భువి నుంచి దివికి
ఏ గంధర్వకాంతో దిగివచ్చి

ఆకుల రఘురామయ్య

తన సంగీతాన్ని మనకొదలి
మళ్ళీ వినువీధుల కెళ్ళిపోయిందేమో

మనమధ్య
భౌతికంగా లేకున్నా
ఆ గాత్రం వెంటాడే నేపథ్య గీతంలా
నిరంతరం తోడై సాగుతూంటుంది

జననం : 16-09-1916;
మరణం : 11-12-2004

యం.యస్.సుబ్బలక్ష్మి (మదురై షణ్ముఖవడివు సుబ్బలక్ష్మి)
శతజయంతి ప్రత్యేక సంచిక
స్వర సామ్రాజ్ఞి కవితా సంకలనం 2015

గాన కళా గంధర్వుడు

గమకాలు గుండెలవిసేలా
లోతుగా ఉండాలనే ధర్మాన్ని సంస్కరించి
కలువరేకులు కదిలినంత సున్నితంగా
ఉండొచ్చని పాడి చూపిన రాగాల సృష్టికర్త

బంగారు చట్రంలో
బిగుసుకు పోయిన
శాస్త్రీయ సంగీత రీతులకు
విముక్తి కలిగించిన సంగీతాచార్యుడు

వయొలిన్ను గిటారులా
వయోలిన్ ని ఏక్ తారలా
వీణని వయోలిన్ లా
పలికించగల చతుర్థ సమర్థుడు

మానవ జీవన తత్వసారమంతా
శృతి, లయ, రాగంలో
స్వరజతుల రుచి చూపి
పరిమళభరిత కదంబం చేసి
వెదజల్లిన గాన కళా కోవిదుడు

మౌనమే నీ భాష
ఓ మూగ మనసా... అంటూ
రసజ్ఞుల మనసులను
రంజింప జేసిన సంగీత విభూషణుడు

సలలిత రాగసుధారస సారం... అంటూ
శ్రోతల హృదయాలను
పరవశింపజేసిన సంగీత సామ్రాట్టు

పలుకే బంగారం చేసినా
సరిగమల సింగారం చేసినా
ఆ వాగ్గేయ కారుడికే సాధ్యమైంది

అనంత గానామృతంతో
అఖండ జనావళికి
కర్ణ రసాను భూతిని కల్పించిన వైణికుడు

రాజకీయనేతల
పెడసరానికి అలిగి
తెలుగు నేలపై కచేరీలు
తిరస్కరించిన పౌరుషవంతుడు

మంగళంపల్లి బాల మురళీ కృష్ణ అంటే
నవ శాస్త్రీయ చరిత్ర
సుదీర్ఘ రాగ ప్రస్థానం
విద్వత్కళా కోవిదుడు

సంగీత ప్రియుల ఆత్మసఖుడు
సంగీత సరస్వతి కంఠాభరణం

తెలుగింట పుట్టి
దేశ విదేశాల్లో ప్రవహించిన
మనోహర, మహత్తర
సంగీత ఝరి ఆగిపోయిందిప్పుడు
నాదం వేదన పలుకుతోందిప్పుడు
శ్రుతి అశ్రువును జారవిడుస్తోందిప్పుడు
రాగం శోక ప్రవాహమైందిప్పుడు

భూలోక విహారయాత్రకొచ్చి
తన స్వరార్చన ముగించుకొని
గంధర్వలోకాలకు తిరిగివెళ్ళాడేమో !

ఏతీరుగ నను దయ జూచెదవో
ఇనవంశోత్తమ రామా.... అని
హృద్యంగా ఆలపించిన ఆ స్వరం
ఆ రాముడి సన్నిధికే చేరిందేమో!!

జననం : 06-07-1930,

మరణం : 22-11-2016

మంగళంపల్లి బాలమురళీకృష్ణ,

గానగంధర్వుడు కవితా సంకలనం 2017

య(శ)స్వీఆర్

అతడు
గొంతు విప్పితే
బాక్సాఫీస్ బద్దలవ్వాల్సిందే

అతడు
డోంగ్రీ అన్నాడంటే
వెండితెర దద్దరిల్లాల్సిందే

తన పాత్రలతో
తేన్పులు వచ్చేదాకా
ప్రేక్షకుల ఉదరాన్ని నింపిన
మహా నటనా పాక నైపుణ్యుడు

ఏనుగుకు వెలగ పండులా
అవతలి పాత్ర ఎన్ని చేసినా
అవన్నీ ఈ నట జఠరాగ్నికి
ఆవిరి అవ్వాల్సిందే

జ్ఞాపకాల పొరల్లో

ఆ స్వరం భాస్వరమై
ఆ నటన నవరసమై
తెరపై వేయి వెలుగుల నక్షత్రమై
తెలుగు కళామతల్లి ఖ్యాతిని
ఖండాంతరాలకు వ్యాప్తి చేసిన ప్రజ్ఞాశాలి

బహుభాషా కోవిదుడై
బహు భాషా నటుడై
అంతర్జాతీయ ఖ్యాతి నందుకొన్న
తొలి భారతీయ నటతపస్వి

అదీ ఇదీ అంటూ
ఏ భేదం లేకుండా
జానర్ ఏదైనా
ఆయనకు ఆయనే సాటని
అభిమాన నీరాజనాలందుకొని
విశ్వనట సార్వభౌముడైనాడు

యస్వీఆర్ అంటే
సామర్లకోట వెంకట రంగారావు
జగమెరిగిన మహాస్టార్
జనం మెచ్చిన నటసామ్రాట్

రోజులు గడిచిపోయినా

ఆకుల రఘురామయ్య

కాలం మారి పోయినా

భౌతికంగా మన మధ్య లేకున్నా

ఓ నటసింహం గర్జించింది

ఆ జ్ఞాపకం

ఇప్పటికీ... ఎప్పటికీ చెరిగిపోదు

దేశ భాషలందు

తెలుగు లెస్సే... కానీ

దేశ నటులలో యస్వీఆర్ లెస్స

పద్మశ్రీలు లేవు

ప్రత్యేక గుర్తింపులు లేవు

అయితేనేం?

నూరేళ్లయినా...

మరో వెయ్యేళ్లయినా

సినిమా ఉన్నంతవరకూ

ఆయన చిరయ(శ)స్వీఆరే

జననం : 03-07-1918

మరణం : 18-07-1974

యస్వీ రంగారావు (సామర్ల వెంకట రంగారావు)

యశస్వీఆర్ శతజయంతి కవితాసంకలనం 2018

రాత + గీత + తీత = బాపు

తెలుగుదనాన్ని

తెగువ దనాన్ని

కలబోసి

తెలుగువారి జీవన చిత్రాన్ని

అజరామరం చేసిన దిగ్దర్శకులు

అక్షరానికి

కొత్త రూపు ఇస్తూ

తెలుగు నుడికారాన్ని

రేఖలుగా మలుస్తూ

రాత మీద మమకారాన్ని పెంచి

తెలుగు నేల సౌందర్యానికి

కొత్త రంగులు అద్దాడు

'అ' నుంచి 'క్ష' వరకూ

ఒంపూ, ఒడుపూ తెలిసిన మనిషి

ఏ అక్షరంలో

ఎంతందముందో కొలిచిన మనసు

ఆకుల రఘురామయ్య

తెలుగు జనావళికి
గిలిగింతలు పెట్టి
కలల ప్రపంచంలోకి కుంచె పట్టి
నడిపించిన మహా మాంత్రికుడు

నవరసాలకు తన కుంచెతో
అహర్నిశలూ ప్రాణం పోస్తు
అద్భుతమైన
రూపాన్నిచ్చిన బొమ్మల బ్రహ్మ

గీసిన బొమ్మలయినా
తీసిన బొమ్మలయినా
చూసిన వారి గుండెల్లో
బొమ్మల కొలువుగా కళకళలాడి పోతాయి

బాపు గీత
ముళ్లపూడి రాత
జీవనదుల్లా
తెలుగు సాహిత్యాన్ని
తెలుగు సంస్కృతినీ సుసంపన్నం చేశాయి

మనసున మనసై
జీవితకాలం కలిసి
సాహితీ సేద్యం చేసిన
ముళ్లపూడిని వెతుక్కుంటూ

దిగంతాలకు వెళ్ళిపోయారు

తనకు జన్మనిచ్చిన ఇద్దరు తండ్రులూ
రెండేళ్ల వ్యవధి లో
తనను విడిచి వెళ్లినందుకు
బావురుమంటున్నాడు బుడుగు

సీగాన పసూనాంబ
లేత చెక్కిలి పైన నీటిబొట్టు రోదిస్తుంది
ప్రతి బొమ్మ కళ్ల వెంట ధారాపాతంగా
కన్నీళ్లు కనిపిస్తున్నాయిపుడు

ఇపుడు
కుంచె కన్నీటి కెరటమైంది
తెలుగు అక్షరం చిన్నబోయింది
ముఖ చిత్రం మూగబోయింది
వర్ణాలన్నీ వివర్ణమైనాయి

తెలుగుల
కన్నీటి ఉప్పెనను తట్టుకుంటూ
వారి కంటి పాపలో
తన కళతో నిక్షిప్తమయ్యారు

ఆకుల రఘురామయ్య

కన్నీరు నిండిన కళ్లలో
ఆయన చిత్రాలే
సినిమా రీలులాగా కదులుతున్నాయిప్పుడు

జననం : 15-12-1933;
మరణం : 31-08-2014

బాపు (సత్తిరాజు వెంకట లక్ష్మీనారాయణ)
సాహితీ కిరణం మాసపత్రిక అక్టోబర్ – 2014

రారు మరో దాసరి

కరిగిపోయే
జాలి గుండెయై
కార్మిక సంఘాలతో
మేస్త్రీ అనిపించుకున్నారు.

కాలే కడుపుతో
పరిశ్రమ కొచ్చిన వాళ్ళని
తన నీడలో పనిచ్చి
గురువుగా మదిలో కొలువైనారు

త్రివేణి సంగమంలా
సినీ, మీడియా, రాజకీయాలలో సాగుతూ
ఏ సమస్య వచ్చినా పరిష్కారం చేసే పెద్దన్నయ్యారు

151 చిత్రాల రూపశిల్పిగా
తెలుగు చలన చిత్ర పరిశ్రమను
గిన్నిస్ రికార్డులకు ఎక్కించి
అన్నింటా.... అన్నింట్లో...
తన బాణీ పలికించిన మేటి

ఆకుల రఘురామయ్య

మాయా మేయ సినీ జగత్తులో
ఏ అండా దండా లేకుండా
స్వశక్తితో ఎదిగి
అబ్బుర పరిచే చరిత్రైనాడు

పుట్టుక నీది – చావు నీది
బ్రతుకంతా దేశానిదన్న
కాళోజీ మాటలకు
నిలువెత్తు రూపమైనారు

మనసును తాకే కథై
ఆలోచింప చేసే మాటై
ఆకట్టుకొనే పాటై
తెలుగు తెరపై
చెరిగిపోని సంతకమైనాడు

నూటికో కోటికో ఒక్కరు
ఎప్పుడో ఎక్కడో పుడతారు.... అంటూ
తానే రాసిన పాటలోని పదాలు
అక్షరాలా అతనికే వర్తిస్తాయి

దాసరి నారాయణరావు అంటే
ఓ.. పట్టుదల
పోరాట పటిమ

జ్ఞాపకాల పొరల్లో

మంచితనం
భోళా తత్వం

భౌతికంగా దూరమైనా
వారి తలపులు మది మదిలోనూ
నిరంతరం మెదలుతూనే వుంటాయి
ఆ బహుముఖ ప్రజ్ఞ
మనల్ని పలకరిస్తూనే వుంటుంది

అందుకే అంటున్నాను.
ఆయనకు ఆయనే సరి
రారు మరో దాసరి

జననం : 04-05-1947
మరణం : 30-05-2017

దాసరి (దాసరి నారాయణరావు)
సరిలేరు మీకెవ్వరూ కవితా సంకలనం 2017

సప్తస్వరాల సమ్మేళనం

క్రీస్తుపూర్వం, క్రీస్తుశకమంటూ
చరిత్రను విభజించినట్టే
సంగీత ప్రపంచాన్ని విభజించి
చెప్పుకొనేలా చేసిన గాన కళా కోవిదుడు

అచ్చులు, హల్లులు ఉన్నంతకాలం
తెలుగు భాష ఉన్నట్లే
పాట బ్రతికున్నంత కాలం
ఆ స్వరం యదమీటుతూనే... వుంటుంది

సినీ మాయా బజార్లో
పాటలతో పాటు మాటలు
మాటలతో బాటు నటనా
ఆరో ప్రాణమని నిరూపించిన ప్రజ్ఞాశాలి

పాటల్లోనే ఆనందాన్ని
సంగీతంలో జీవన సాఫల్యాన్ని
వెతుక్కున్న ధన్య జీవి

బాలు అంటే
ఎదిగే కొద్ది ఒదగాలన్న
సత్యాన్ని గ్రహించిన
"బాలు"డే కాదు
సప్తస్వరాల సమ్మేళనం
సకలరాగాల సమ్మోహనం

జననం : 04-06-1946
మరణం : 25-09-2020

ఎస్పీ బాలసుబ్రమణ్యం (శ్రీపతి పండితారాధ్యుల బాలసుబ్రమణ్యం)
గానగంధర్వుడు బాలు కవితా సంకలనం 2020

స్టార్.... స్టార్..... సూపర్ స్టార్

సాహసమే ఊపిరిగా
తెగువే వజ్రాయుధంగా
తెలుగు చలన చిత్రానికి
సాంకేతిక సొబగులద్ది
సరికొత్త దారుల్ని చూపిన
సాహసాల మొనగాడు.

తొమ్మిదేళ్ళ సినీ కెరీర్లోనే
వంద సినిమాలను పూర్తి చేసుకొని
ఐదు దశాబ్దాల్లో
మూడొందల సినిమా మైలురాయి దాటి
అభిమాన హృదయ సింహాసనాన్ని
అధిష్ఠించిన బుర్రిపాలెం బుల్లోడు

అగ్ని పరీక్ష లాంటి
ప్రయోగాలకు పట్టం కడుతూ
అగ్ని పర్వతమై మండే పాత్రలతో
ప్రేక్షకుల మదిలో నిలచి
విజయాలతో రగిలిన జమదగ్ని

జ్ఞాపకాల పొరల్లో

వెండి తెరపై
రైతు పాత్రలో ఒదిగిపోయి
సిరుల పాడిపంటలు పండించాడు

కాలంతో పరిగెడుతూ
కొత్తదనాన్ని ఆహ్వానిస్తూ,
ప్రేక్షకులను సమ్మోహన పరిచేలా
అసాధ్యాలను సుసాధ్యం చేసిన సినీ దిగ్గజం

ఏదైనా సాధించాలంటే
దేనికైనా సాహసించాలనే సిద్ధాంతమే
శిఖరాగ్రాన నిలబెట్టింది ఆ నటశేఖరున్ని

విజయాలకు పొంగిపోని
పరాజయాలకు కుంగిపోని
నిత్య పోరాట శీలియైన
సూపర్ స్టార్ కృష్ణ మరణంతో
సాహసం చిన్నబోయిందిప్పుడు
ధైర్యం మూగపోయిందిప్పుడు

భువిలో అస్తమించినా
ఆకాశంలో ఒక తారయై
మిరుమిట్లు గొలుపుతూ
వెలుగు లీననుందిప్పుడు

తారలెన్నివున్నా
కొత్తగా నింగిలో కొచ్చిన తార
జగజ్జేయమానంగా
ప్రకాశించనుందిప్పుడు.
ఎందుకంటే.... అది
భువి నుంచి దివికేగిన
"సూపర్ స్టార్" కనుక

జననం : 13-05-1943
మరణం : 15-11-2022

కృష్ణ (గట్టమనేని శివరామకృష్ణ)

సాంకేతిక విప్లవకారుడు

శాస్త్రంలో కళను
కళలో శాస్త్రంను చూడగలిగినవాడు
ప్రకృతికి, ప్రపంచానికి సన్నిహితుడవుతాడు

ప్రపంచ గమనాన్ని
తన అనుభవాల దుర్భిణిలో చూస్తూ
కాలగమనాశ్వం గిట్టల చప్పుడును
దూరం నుంచే పసిగడుతుంటాడు

సాంకేతిక రంగంలో
తిరుగులేని ఓ దిగ్గజం
రోజువారీ అవసరాలనే మార్చేసిన
సాంకేతిక విప్లవ నాయకుడు
యువత మనసుల్ని కొల్లగొట్టే
యంత్ర తంత్రాల మంత్రగాడు

నమ్మశక్యం కాని పరిజ్ఞానం
వైవిధ్యంగా ఆలోచించే ధైర్యం
ప్రపంచాన్ని మార్చేయగల సత్తా ఉందని నమ్మే సాహసం
ఆచరణలో చేసి చూపగల సామర్థ్యం

అకుల రఘురామయ్య

మ్యూజిక్ ప్రపంచాన్ని మార్చేసిన ఐపాడ్
మొబైళ్లలో కొత్త శకానికి నాందీ పలికిన ఐఫోన్
వినోద, మీడియా రంగాన్నే పునర్నిర్వచించిన ఐప్యాడ్
కంప్యూటర్లను వ్యక్తిగతం చేయడమే కాదు
ఇంటర్నెట్ ను జేబులో పెట్టుకొనేలా చేసినోడు

అపరిమిత సంఖ్యలో
వినూత్న ఆవిష్కరణలతో
సొబగులద్దారు మన జీవితాలకు

యావత్ ప్రపంచం ముక్తకంఠంతో
ఆ వ్యక్తి నిర్గమనానికి శోకించింది
ఎలక్ట్రానిక్ ప్రపంచంలో
సౌందర్యాన్నీ, సౌకర్యాన్నీ, సామర్థ్యాన్ని
అద్భుతంగా మూడింటినీ మేళవించాడు.

ఆయనో
తాత్వికమైన మార్మికుడు
ప్రపంచాన్ని నిష్కర్షగా చూసే నిర్మొహమాటి
అసామాన్యమైన అందాన్ని దర్శింపజేసే కళాకూపజ్ఞుడు
అతనో కుంతీ పుత్రుడు
సాంకేతిక విప్లవ కారుడు
అతనే "స్టీవ్ జాబ్స్"

జననం : 24-02-1955 ;
మరణం : 05-10-2011

స్టీవ్ జాబ్స్ (స్టీవెన్ పాల్ స్టీవ్ జాబ్స్)
గూఢచారి మాసపత్రిక సెప్టెంబర్ – 2012

విశ్వాన్వేషకుడు

భూమి నుండే
విశ్వాంతరాల పై సిద్ధాంతాలను
సూత్రీకరించి కాలచక్ర కుర్చీలో వడివడిగా
వాటిని చూసేందుకే
తరలి వెళ్ళారేమో.....

చుక్కలే జీవితంగా గడిపి
వాటి నడుమ ధృవతారగా
వెలిగేందుకై వెళ్ళిపోయారేమో....

శరీరం చచ్చుబడి
భావ వ్యక్తీకరణకు వీలు లేకున్నా
చక్రాల కుర్చీకే పరిమితమైనా
మనో స్థైర్యమే జీవ ఇంధనంగా
మేధో జ్వలనం సాగించి
విశ్వరహస్యాలను ఛేదించిన బుద్ధిజీవి

తన మెదడునే
విశ్వ ప్రయోగశాలగా మార్చి
జీవన పరమార్థాన్ని
నిశ్శబ్దంగా బోధిస్తూ
విశ్వపేటిక గుట్టువిప్పి
శాస్త్ర పరిశోధన ఫలాన్ని
జనావళికి అందించిన ఋషి

గడిచిపోయిన జీవితాన్ని
కృతజ్ఞతా భావంతో చూస్తూ,
భవిష్యత్తును ఆశతో గమనించిన
జగమెరిగిన భౌతిక శాస్త్ర వేత్త

గ్రహాంతర వాసమే
మానవాళికి దిక్కని హెచ్చరిస్తూ
భవితకు పెను ముప్పుగా
దాపురించిన పెను సంక్షోభాల్ని
సతార్కికంగా విశ్లేషించిన
అసలు సిసలైన కర్మయోగి

ప్రతికూల పరిస్థితులెదురైనా
మేధస్సే ఆలంబనంగా
కడదాకా స్ఫూర్తిదాయక పోరాటం చేస్తూ
కాల పరీక్షకు నిలిచి గెలిచిన యోధుడు

జ్ఞాపకాల పొరల్లో

కొద్దిపాటి ఆటుపోట్లకే
కుంగుబాటుకు లోనయ్యే వారికి
అతనో గొప్ప వ్యక్తిత్వ వికాస గ్రంథం

చక్రాల కుర్చీ నుంచే
విశ్వాంతరాళాలను శోధిస్తూ
శాస్త్ర లోకానికి స్ఫూర్తి ప్రదాతైన
నిరంతర విశ్వాన్వేషకుడు

పరిశోధనే శ్వాసగా
సిద్ధాంత భౌతిక శాస్త్రంలో
వెలుగులు నింపిన స్టీఫెన్ హాకింగ్
కాలధర్మం చెందినా
బతుకును చరితార్థం చేసుకొన్న ధన్యజీవి

జననం : 08-01-1942
మరణం : 14-03-2018

భౌతికశాస్త్ర వేత్త – స్టీఫెన్ హాకింగ్
విశ్వాన్వేషకుడు కవితా సంకలనం 2018

గట్టి కోట – వట్టి కోట

చిన్ననాటి నుండే
పేదరికంతో పోరాడుతూ
చదువుకు దూరమై
బతుకు దెరువుకు
వంట మనిషిగా పనిచేస్తూ
జీవితాన్ని ప్రారంభించిన శ్రమ జీవి

భాషా సాహిత్యాల నుంచి
పౌర హక్కుల దాకా..
గ్రంథాలయోద్యమం నుంచి
నిజాం వ్యతిరేకోద్యమం వరకూ
సాంస్కృతిక రంగం నుండి
జాతీయోద్యమ రాజకీయాల వరకూ
ప్రజాహిత జీవితంలో
పరిణతి చెందుతూ
అంచెలంచెలుగా
నాయకునిగా ఎదిగిన చైతన్య సారథి

కులాల పేర
మతాల పేర
ప్రారంభమైన అడ్డుగోడలు
అడ్డంకులుగా తయారైనాయంటూ
శాంతిని కోరి సత్యానికి పోటీపడే
ఏ మతమైనా నాకు సమ్మతమేనన్న
సర్వమత సమ్మేళన కారుడు

ఒక చేత పెన్ను
మరో చేత గన్ను పట్టి
ప్రజల కోసం ఉద్యమం నడిపి
మానవత్వం, సంస్కరణాభిలాష
నిజాయితీ, నిబద్ధత జీవిత రథ చక్రాలై
ముందుకు నడిచిన మహోన్నతుడు

జీవితానుభవాలే
వస్తువుగా స్వీకరించిన ఆ సాహిత్యం
సార్వజనీనం అయింది
సార్వకాలికం అయింది

నవలా సాహిత్యం
చారిత్రక అవశేషాలుగా కాకుండా
వర్తమానంతో సంభాషిస్తూ సంఘర్షిస్తూ
విజయం వరకు
కొనసాగే మహా మానవ ఇతిహాసాలైనాయి

అప్పటి చీకటి రోజుల్ని అక్షర బద్ధం చేసి
ప్రజల మనిషనిపించుకొన్న అక్షర యోధుడు

పాదులు వేసి, ప్రాణం పోసి
సాంస్కృతిక పునరుజ్జీవానికి
ప్రజా సాహిత్యానికి
పునాదులు వేసిన వైతాళికుడు

సాహితీ సరస్వతికి
ఇల్లు కట్టడమే కాకుండా
పెట్టని కోటై గట్టి కోటై నిలిచాడు

వెన్నెల్లా వచ్చి
వసంతంలా వ్యాపించి
శిశిరంలా ఆకురాల్చి నిర్గమించినా
ప్రజల కోసం జీవించి
ప్రగతి కోసం తపించి
యాసను, బాసను పరిపుష్టం చేసి
తరతరాలకు నిలుస్తున్నాడు దారిదీపమై...

జననం : 01-11-1915,
మరణం : 05-02-1961

వట్టికోట (వట్టికోట ఆళ్వారు స్వామి)

గట్టికోట – వట్టికోట శత జయంతి కవితా సంకలనం 2015

శ్రీశ్రీ

మనసు నిస్పృహగా ఉన్న వేళ
జడత్వం పరివ్యాప్తమైన వేళ
మనల్ని మనం
జాగృతం చేసుకోవడానికి
ఆ ఒక్క కవిత్వం చదవాల్సిందే

ఆ కవిత్వం
చదివితే చాలు
స్తబ్ధతను భగ్నం చేసుకుంటూ
కొత్త లోకాలకు తీసుకెళ్తుంది

కుళ్లు సమాజాన్ని చూసినప్పుడు
అస్తవ్యస్థ వ్యవస్థల్ని చూసినప్పుడు
దుర్మార్గాల్ని దౌర్భాగ్యాల్ని చూసినప్పుడు
ఆ కవిత్వం చదివితే చాలు
ప్రతిఘటనా స్వరం ఉప్పొంగుతుంది.
ప్రశ్నించాలనే తత్వం పురిగొల్పుతుంది

ఆకుల రఘురామయ్య

శతాబ్దాలు గడిచినా
నూతనోత్తేజం తెప్పించేలా
ఆధునిక తెలుగు సాహిత్యంలో
ఓ.. విరాట్ స్వరూపమైనాడు

భావాల్లో..... భాషలో
కదలికలో...... చదివే అక్షరాల్లో
అంతర్గత, బహిర్గత
ప్రాణంలో తచ్చాడే కవి ఆయన

శ్రీశ్రీ
ఒకదారిన నడవలేదు
తానే ఒక దారి నిర్మించాడు
అదే ప్రజల దారి
జోహార్..... శ్రీశ్రీ
జోహార్..... శ్రీశ్రీ

జననం : 30-04-1910,
మరణం : 15-06-1983

శ్రీశ్రీ (శ్రీరంగం శ్రీనివాసరావు)

తొలి అడుగు

గ్రాంథిక వాదులతో పోరాడి
గ్రాంథిక శైలీ సంకెలల నుంచి
తెలుగు భాషామ తల్లికి
విముక్తి కలిగించిన
తెలుగుతల్లి నోముల పంట

అజ్ఞానాన్ని దూరం చేస్తూ
విజ్ఞానాన్ని వెలిగించే భాష
పండితుల సొత్తే కాదని తెలుగు భాషను
సామాన్యుల దగ్గరికి తెచ్చిన భాషా శాస్త్రవేత్త

విసుగు లేకుండా
విరామ మెరగకుండా
సవర భాష నేర్చి
వ్యాకరణం కూర్చి
సవర – ఇంగ్లీష్ కోశాన్ని రాసి
విద్యాబుద్ధులు నేర్పిన రావ్ బహదూర్

నోటి మాటకు
చేతి రాతకు
పొంతన కుదర్చడానికి
చిత్త శుద్ధితో కృషి చేసిన
అచ్చతెలుగు చిచ్చర పిడుగు

భాష కోసమే పుట్టి
భాష కోసమే జీవించిన
గిడుగంటే
భాషా ఛాందస్సుల పాలిట అగ్గి పిడుగు
వ్యవహారిక భాషోద్యమానికి తొలి అడుగు

జననం : 29-08-1863,
మరణం : 22-01-1940

గిడుగు వెంకటరామమూర్తి

చెరగని కాల పుటల్లో

నెలలు నిండకుండానే పుట్టి
షష్టి పూర్తి కాకుండానే
కన్ను మూసిన దుర్బల జీవి

అయితేనేం
స్వల్ప జీవిత కాలంలో నే
అనల్పమైన దార్శనికతతో
కాలాన్ని తన అడుగు జాడలో
ముందుకు నడిపిన మార్గదర్శి

దేశమంటే మట్టికాదోయ్
దేశమంటే మనుషులోయని
స్వరాజ్య ఉద్యమం
పురుడు పోసుకోకముందే
నినదించిన యుగకర్త

ఒట్టి మాటలు కట్టిపెట్టి
గట్టి మేలు తలపెట్టమని
జాతి రక్తంలో
దేశభక్తిని నూరిపోసిన ధన్యజీవి

మానవత్వానికి పట్టంకట్టి
జనం మాటల జెండా పట్టి
తెలుగు సాహిత్యాన్ని
జాతి జీవనాన్ని
మలుపు తిప్పిన మానవతావాది

సాహిత్యానికి
సామాజిక సొబగులు అద్ది
రుగ్మతలతో మసిబారిన సమాజాన్ని
దిద్దుబాటుతో సంస్కరించిన సంస్కర్త

ఐదు కథలే రాసినా,
ఐదు తరాలు దాటినా
చెరగని కాలపుటల్లో దాగి
చదివిస్తూనే వున్న చిరంజీవతడు

జననం : 21-09-1862,
మరణం : 30-11-1915

గురజాడ (గురజాడ వెంకట అప్పారావు)

గురజాడ మన అడుగు జాడ "శత వర్థంతి ప్రత్యేక కవితా సంకలనం 2014

సంస్కరణల కార్యశీలి

సంఘ సంస్కరణలో
విసుగు చెందక
సాంఘిక దురాచారాలను
ఖండించిన ఖడ్గ దారి

వితంతు పెళ్లిళ్లు నిర్వహించి
బాల్య వివాహాలు నిరోధిస్తూ
అభ్యుదయ దృక్పథంతో సాగిన
సమున్నత సంస్కర్త

రచనలతో.... ఉపన్యాసాలతో
విమర్శలను తిప్పికొడుతూ
జాతి జీవనాన్ని మలుపు తిప్పిన
సంస్కరణల కార్యశీలి

సాహిత్య కృషిలో
సంఘ సంస్కరణాభిలాషలో
చివరి నిశ్వాసం దాకా
కృషి సల్పిన యుగకర్త

వీరేశలింగం పంతులు అంటే

ఆకుల రఘురామయ్య

గుండె గుండెలో
నెలవైన ఉత్తేజ ప్రదాత !
కొలువైన స్ఫూర్తి ప్రదాత!!

జననం : 16-04-1848
మరణం : 27-05-1919

కందుకూరి (కందుకూరి వీరేశలింగం పంతులు)
కందుకూరి శతవర్ధంతి సందర్భంగా ప్రత్యేక సంచిక, 2018

నవయుగ కవి చక్రవర్తి

అస్పృశ్యతను చీల్చుతూ
అంతరాల దొంతర్లను కూల్చుతూ
సామాజిక న్యాయం కై
సంకుచిత సమాజంపై
కవితాస్త్రం ఎక్కు పెట్టిన గాండీవం

అక్షరానికి కన్నీళ్లను తాపించి
పదానికి ఆకలి మంట చూపించి
మనిషికి నిలువెత్తు సాక్ష్యమై
మానవతా వీణను మీటుతూ
కవితా వాణిని వినిపించిన అక్షర సూరీడు

కలాలకు కులాలెందుకని
మానవత్వానికి మతాలెందుకని
గళమెత్తి గర్జించిన పాంచజన్యం

జాతీయాభిమానాన్ని
మానవీయ సంపదల్ని
కవిత్వం నిండా గుమ్మరించి
రాతి గుండెల దారుల్లో పూలగుత్తుల
భావ సుగంధాన్ని వెదజల్లిన విశ్వనరుడు

కాలాలు మారినా
తరాలు మారినా
సర్వజనుల హృదయాల్లో
కొలువైన నవయుగ కవి చక్రవర్తీ
ఈ నేల నిన్నెప్పటికీ మరువదు
ఈ జాతి నిన్నెన్నటికీ మరువదు

అంటరానితనం
విషాగ్నులు చిమ్మినపుడు
దుర్భర దారిద్ర్యం వేదన
గుండెల్లో కుతకుత ఉడికినపుడు
హృదయాలను పలకరించి
తట్టిలేపే అక్షర యోధుడా
మీకివే మా అక్షర నీరాజనాలు

జననం : 28-09-1895
మరణం : 24-07-1971

గుఱ్ఱం జాషువా
విశ్వనరుడు నవయుగ కవి చక్రవర్తి జాషువా కవితా సంకలనం - 2012

జ్ఞాపకాల పొరల్లో

కాళోజీ... యాదిలో

అన్యాయాన్ని ఎదిరిస్తే
నా గొడవకు సంతృప్తి
అన్యాయం అంతరిస్తే
నా గొడవకు ముక్తిప్రాప్తి
అన్యాయాన్ని ఎదిరించినవాడే
నాకు ఆరాధ్యుడంటూ
ఉద్యమమే ఊపిరిగా
జీవించిన సమాజ శ్రేయోభిలాషి

చెప్పాలనుకున్నది
ఖరాఖండిగా చెబుతూ
వ్రాయాలనుకున్నది
ముక్కు సూటిగా వ్రాస్తూ
అడగాలనుకున్నది
నిర్మొహమాటంగా అడుగుతూ
అన్యాయాలపై
అసమానతలపై
పోరాడిన సాంఘిక సంస్కర్త

ఆకుల రఘురామయ్య

హింస తప్పు
రాజ్య హింస మరీ తప్పు
సామాన్యుడే నా దేవుడంటూ
అక్షరాయుధాలను
సంధించిన నైతిక వామ పక్ష వాది

నిజాం దమననీతికి
రజాకార్ల దౌర్జన్యానికి
వ్యతిరేకంగా కలం ఎత్తిన ప్రజాకవి

జీవితమంతా
ప్రజా పీడనలకు వ్యతిరేకంగా
కృషి చేసిన ఉద్యమ ప్రతిధ్వని

కాలానికే కాదు
కాలునికీ కూడా
జీహుజూర్ అనని వ్యక్తిత్వం

ఎలాంటి
ఇజాలకు పోకుండా
మానవ ఇజాన్ని
నమ్ముకుని జీవించిన ప్రజావాది

అక్షరాలలో ఆత్మను నిలుపుతూ
కవితల్లో నిప్పుకణికలు పేర్చిన
కలం యోధుడు

కవిగా
పోరాట వీరుడిగా
ప్రజల మనిషిగా
మనలో ఒకడుగా జీవించిన
కాళోజీ గురించి
ఎంత చెప్పినా తక్కువే
ఎంత రాసినా తక్కువే

కన్నీళ్లు, కడగండ్లు లేని
నవయుగం రావాలన్న
కాళోజీ.. స్వప్నాన్ని సాధిద్దాం!!

జననం : 09-09-1914
మరణం : 13-11-2002

కాళోజీ (రఘువీర్ నారాయణ్ లక్ష్మికాంత్ శ్రీనివాసరాం రాజా కాళోజీ)
కాళోజీ... యాదిలో కవితాసంకలనంలో 2017

నిప్పు కణం

చైతన్య పదాల మీద
అమర ప్రయాణం చేస్తూ
నిజాం పాలన మీదికి
కవిత్వాన్నే పదునైన ఆయుధంగా
ఎక్కు పెట్టిన వజ్రాయుధుడు

ఆర్థిక అసమానతలు
రాజకీయ నిరంకుశత్వం చూసి
పీడిత ప్రజల గొంతుగా నినదించి
సమరం చేసిన 'అగ్నిధార'

అంతర్దర్శనం చేసుకుంటూ
నిరంతర అన్వేషణ సాగిస్తూ
భావ ప్రేరిత ప్రసంగాలతో
ప్రజల వాడిని నాడిని
ఛందస్సుగా సాగిస్తూ
సాంస్కృతిక చైతన్యం
రగిలించిన 'రుద్రవీణ'

పెత్తనాన్ని
సహించలేని నిఖార్సైన
భారతీయ విప్లవకారుడు

బాధలతో కడగండ్లతో సమైక్యమై
స్వాతంత్ర్య విముక్తికై పోరాడి
చెరసాల పాలైన స్వాతంత్ర్య యోధుడు

కులం లేదు – మతం లేదు.
భాష లేదు – ప్రాంతం లేదు
ఏ జాడ్యమూ సోకని ప్రతిభావంతుడు

విశ్వాన్నంతా
హృదయంలోకి పీల్చుకొని
మమతలను, మానవతను
బయటకు ఊదగలిగిన
మానవతా నవ్య భాషకుడు

నిజాల్ని
హ్యూమనిజంతోదర్శించమని
ప్రబోధిస్తుంది ఆ కవిత్వం

కొందరికి

ఆకుల రఘురామయ్య

సినీ గేయ రచయిత
మరి కొందరికి
శతక కర్త

నాకు మాత్రం
మిన్ను విరిగి మీద పడుతున్నా
వెన్ను వంచని ధీశాలి

కన్నీళ్లని, వ్యథని దిగమింగి
జీర్ణం చేసుకొని
సర్దుకు పోలేనప్పుడు
తూటాల్లా పేలే తొలి నిప్పుకణమే
దాశరథి కృష్ణమాచార్యులు

జననం : 22-07-1925
మరణం : 05-11-1987

రుద్రవీణపై కోటిరాగాలు కవితా సంకలనం-2014

జ్ఞాపకాల పొరల్లో

సాహితీ సార్వ భౌముడు

నా భాష కవిత్వం
నా శ్వాస కవిత్వం
నా చిరునామా కవిత్వమని
పలుకు పలుకులో
పలుకుబడిని ఏలుబడిగా చేసుకొన్న
సాహితీ సార్వ భౌముడు

తెలుగు సినీ పాటకు
కావ్య సౌరభాలనద్దిన
కర్పూర వసంతరాయలు

అనంత
జీవిత సత్యాన్ని లిఖించి
జ్ఞాన పీఠాన్ని
అధిరోహించిన విశ్వంభరుడు

అక్షరాల గవాక్షాలను తెరిచి
ఊపిరి నింపుకొని
తరతరాలకు తరిగిపోని
సాహితీ ఫలాలను ధారపోసి

తెలుగు వైభవానికి
నిలువెత్తు సంతకమై నాడు.

అక్షర సేద్యంతో
తెలుగు సాహిత్యాన్ని
సుసంపన్నం చేసిన
ఆ సాహితీ పథ ప్రస్థానం ఓ అద్భుతం

ఓ చేత సాహిత్యాన్ని
మరో చేత సినిమాలని
ఏక కాలంలో ఏలుతూ
రాణించిన ఆ తీరు ఓ అబ్బురం

మరణం
నను వరించి వస్తే
ఏమంటాను నేనేమంటాను
పాలుపట్టి జోలపాడి
పడుకోమంటానంటూ..
తప్పని మరణాన్ని
తాత్వికతతో జోకొట్టిన
సాహితీ దురంధరుడు

కవిత్వంగా పుట్టి
కవిత్వంగా జీవించిన

జ్ఞాపకాల పొరల్లో

కవికి మరణం లేదు... అక్షరంలా

సి.నా.రె
ఆ మూడక్షరాలు
సాహితీ అభిమానులకు
ఓ స్ఫూర్తి మంత్రం ఎప్పటికీ

జననం : 29-07-1931
మరణం : 12-06-2017

సి.నా.రె (సింగిరెడ్డి నారాయణ రెడ్డి)
సాహితీ సార్వభౌముడు కవితాసంకలనం-2017

విప్లవ పాటై

ఊరు మనదిరా
ఈ వాడ మనదిరా
దొరలెందిరో
ఆళ్ళ పీకుడేందిరో.....
పాటలింటే
సామాజిక చైతన్యంతో
నూతన సమాజం కోసం
దోపిడీ లేని సమ సమాజం కోసం
పోరాడే శక్తినిస్తాయి

ఆపాటలు
జీవన స్రవంతులై
తెలుగు నేలలో
స్రవించే నదీ తరంగాలైనాయి

జన జీవనంలో పుట్టి
సాహిత్యానికి జవ జీవాలు
నింపిన ఆ పాటలు
సామాజిక విప్లవ ఉద్యమాలకు ఊపిరైనాయి
మనసు గాయమైనప్పుడు హృదయానికి లేపనమైనాయి

ఆ పాటలకు
అన్ని దప్పులు శృతి కలుపుతాయి
అన్ని కాళ్ళు చిందు తొక్కుతాయి

గూడ అంజయ్యంటే
ఒక పాటల తూటా
ఒక దప్పుల మోత
ఉప్పొంగిన సముద్ర కెరటం
రగిలి మండే బడబానలం
అణగారిన ప్రజల విప్లవ దుందుభి
ఎగిరే సాంస్కృతిక విప్లవ జెండా

జననం : 01-11-1955,
మరణం : 21-06-2016

గూడ అంజయ్య

ఉత్తరాంధ్ర గుండె చప్పుడు

ఆ పాటలకి
పొగరుంది
పోట్లగిత్తలకున్నంత

ఆ మాటలకి
వగరుంది
పచ్చికాయకున్నంత

పెత్తందార్ల
పోకడలను నినదిస్తూ,
బడుగు వర్గాల మాటైనాడు

అణగారిన వర్గాల్లో
ప్రశ్నించే తత్వం నింపేలా
ఆలోచించే పాటైనాడు

ఏం పిల్లడో... ఎల్దుమొస్తవా
సికాకులంలో సీమ కొండకి... అని
గజ్జకట్టి పాటెత్తుకుంటే
పలుకు పలుకునా

జ్ఞాపకాల పొరల్లో

కులుకు కులుకునా
దట్టించిన మందుగుండై పేలాల్సిందే

అతిశయం లేని అమాయకత్వమై
భేషజం లేని నిరాడంబరత్వమై
కొండ గుండెల్లోంచి
జల ఉబికినట్లుగా
దూసుకొచ్చే జనపదమై జానపదమై
జజ్జనక జనారే జనకు జనారైనాడు

జనం బాధ తన బాధగా
జనం బతుకు తన బతుకుగా
సింహ గర్జన లాంటి పాటై
ఉత్తరాంధ్ర గుండె చప్పుడైనాడు.

భౌతికంగా లేకున్నా
జనం నాలుకల మీద
ఇంటిపేరుతో నర్తిస్తూనేవుంటాడు
జానపద వాగ్గేయ కారుడై

జననం : 1943
మరణం : 04.08.2020

వంగపండు (వంగపండు ప్రసాదరావు)
జజ్జనకజనారే కవితా సంకలనం 2020

అభినవ వ్యాసుడు

నిప్పును కడిగే
సనాతన వంశంలో పుట్టినా
తుపాకి చేతపట్టి
అజ్ఞాత వాసానికి వెళ్లి
మట్టి మనుషులతో
భుజం భుజం కలిపి నడిచిన యోధుడు

కమ్యూనిజాన్ని చదువుకొని
పోరాటాన్ని ఒంట పట్టించుకొని
నిజాం నిరంకుశత్వంపై
దొరల దోపిడీ పీడనలపై
జనంతో కలిసి పోరాడిన ఘనాపాటి

ప్రజల దాష్టీకాన్ని
ప్రశ్నించని వాడు రచయితే కాదు
మనిషి కూడా కాదన్న స్పృహతో
నా పెన్నే నా గన్ను అని
జన జీవితాన్ని

జ్ఞాపకాల పొరల్లో

అక్షరాల్లో పొదిగిన కవీంద్రుడు

విశ్వశ్రేయస్సును కాంక్షించడంలో
వేదాలు, కమ్యూనిజం ఒకటేనని
నమ్మిన విలువల నుంచి
వైదొలగని విశ్వాసి

వామపక్ష భావాలున్నా
ఆధ్యాత్మిక భావాల్ని అలవర్చుకొని
వేదాలను తెలుగులోకి
తర్జుమా చేసిన అభినవ వ్యాసుడు

వ్యక్తి జీవితం
అతడిదే కాదు
అది సమాజంలో భాగమేనని
పరిమళించే మానవీయ విలువలతో
కళ్లకు కట్టిన ఆ రచనలు
తెలుగు నేలంతా గుబాళిస్తూనే వున్నాయి

సమాజాన్ని సన్నిహితంగా
చూసిన ఓ... అనుభవజ్ఞుడా
అసమానతలు పోవాలని
ఆకాంక్షించిన ఓ.. జీవనయోగీ

ఆకుల రఘురామయ్య

మనుషులు
ఒకరి కోసం ఒకరు బతకాలని
పరితపించిన ఓ మహోన్నతుడా
మీకివే నా అక్షర నీరాజనాలు

జననం : 24-08-1928 ;

మరణం : 08-06-2015

(దాశరథి రంగాచార్య 08-06.2016న ప్రథమ వర్ధంతి సందర్భంగా....)

నేటి నిజం దినపత్రిక **02-06-2016**

నవలా రాణి

ఆధునిక నవలా సామ్రాజ్యాన్ని
ఏకఛత్రాధి పత్యంగా ఏలి
తెలుగు పాఠక లోకాన్ని
ఉర్రూతలూగించిన సాహిత్య సామ్రాజ్ఞి

జీవితాలనే
ఇతి వృత్తాలుగా గా తీసుకుని
అనురాగాల్లోని సున్నితత్వాన్ని
వినూత్న శైలిలో చిత్రించిన ప్రతిభాశాలి

స్త్రీ పురుష సంబంధాలు
ప్రజాస్వామికంగా వుండాలని
మహిళల స్వావలంబన పెంచేకి
ప్రయత్నించిన తీరు స్ఫూర్తి దాయకం

ఆ నవలా పాత్రలు
ఎదుటి వారితో సంఘర్షించకున్నా
అంతస్సంఘర్షణకు లోనవుతాయి

మధ్యతరగతి అమ్మాయిల
ఆశల రెక్కలకు
అందమైన, ఆదర్శమైన
రాజశేఖరం లాంటి పురుషుల్ని చూపెట్టాయి.
ఆత్మాభిమానం గల
జయంతి, మీనాలను కళ్ళముందుంచి
మగవాళ్లకు ఆదర్శాన్నిచ్చాయి
తాము అలా కావాలనేలా..

సున్నితమైన శైలితో
పాత్రల చిత్రీకరణతో
రాసిన ప్రతి నవలా అమృతతుల్యమే

ఎవరి మెప్పునూ ఆశించక
ఎవరి విమర్శనూ లెక్కచేయక
తనకు చేతనైనది
తను చెప్పాలనుకున్నది
చేసుకుంటూ..... పోయిన
విశిష్ట వ్యక్తిత్వమామెది

దేనికీ చలించని గాంభీర్యమై
దేనికీ లొంగని హుందాతనమై
అందరినీ సమాదరించే సౌజన్యమై
మూర్తీభవించిన మూర్తిత్వమామెది

జ్ఞాపకాల పొరల్లో

పెద్దగా చదువు లేదు
ప్రాపంచిక పరిజ్ఞానమూ లేదు
సాహిత్య వారసత్వమూ లేదు
అయితేనేం ?
మనస్తత్వాల మహత్తు నెరిగి
నవలా సాహిత్యాన్ని
హృదయ స్పందనగా మలిచి
ఆంధ్రుల ఆరాధ్య రచయిత్రి అయింది

జీవితమంతా
నవలల తోటై
వాటిలోనే విహరించి
అభిమాన సంఘాలు
నవలా రచయిత్రికి సాధ్యమేనని
నిరూపించిన సాహితీ వనమాలి

నవలా రాజ్యంలో రాణియై
పాఠక ప్రియుల హృదయాలనేలిన
యద్దనపూడి సులోచనారాణి
భౌతికంగా దూరమైనా
పాఠకుల మదిలో చెదరని సంతకమామెది.

జననం : 02-04-1940
మరణం : 21-05-2018

యద్దనపూడి సులోచనా రాణి

అరుణ కాంతులను

ప్రగతి శీల సమాజం కోసం
నిరంతరం శ్రమించిన
సాహితీ శ్రామికుడతడు

సాహిత్యానికీ
సమాజానికి మధ్య
అభ్యున్నతి కోసం
వారధైన విప్లవ రచయితతడు

ప్రజా ఉద్యమాల్లో
ప్రత్యేకతను చాటుకుంటూ
నమ్మిన సిద్ధాంతం కోసం
తుది దాకా కట్టుబడ్డ విప్లవ శిల్పం

తన నివాసాన్ని
పుస్తకాల ప్రపంచంగా
సాహితీ నిలయంగా
చేసుకొన్న పుస్తక ప్రేమికుడు

జ్ఞాపకాల పొరల్లో

అరుణ కాంతుల్ని
నలుదిశలా ప్రసరించడానికి
తన రక్త మాంసాలనే
ఇంధనంగా వాడిన కార్మికుడు

నలుగుర్ని కలపడం
గగనమవుతున్న సమయంలో
చెట్టులాగా చల్లని నీడనిచ్చి
కూడగట్టే ఆశయ నిబద్ధుడు

పేదల పక్షాన
నిరంతరం పోరాడుతూనే
సాహితీ రంగానికి
ఎనలేని కృషి చేసిన సవ్యసాచి

సిద్ధాంత రాద్ధాంత
గోడలను బద్దలు కొట్టుకొని
మానవ సంబంధాల నడుమ
జీవించిన అతి సామాన్యుడు

ఎన్ని నిర్బంధాలు ఎదురైనా
నమ్మిన భావజాలాన్ని విడవని
నిరంతరం అక్షర కర్షకుడి
కలం ఆగిపోయింది

పెట్టుబడి దారీ
పెత్తందారీ పోకడలను
నిరసించిన నినదించిన
విప్లవ కంఠం మూగబోయింది
రాజకీయాల్లో
విప్లవ స్ఫూర్తి ఉన్నంత వరకూ
సాహిత్యం
మనుషుల్లో ఉన్నంత కాలం
మన మధ్యనే మనతోనే
పంచుతూ ఉంటాడు అరుణకాంతులను

జననం : 08-12-1932
మరణం : 25-07-2015

కామ్రేడ్ చలసాని ప్రసాద్
అరుణతార మాసపత్రిక ఆగస్టు-సెప్టెంబర్-2015

పాటలసిరి వేటూరి

నాలుగు పాదాల పల్లవిలో
నాలుగు కావ్యాల సారాంశాన్ని
అందించే మేధోమూర్తి

అంగారాన్ని శృంగారాన్ని
గేయాలతో అలవోకగా
కురిపించగల పాటలతేరు

అవధానులైనా
స్వర బ్రహ్మలైనా
సావధానులై... ఆ సాహిత్యానికి
వినయ వదనులవ్వాల్సిందే

పదలాలిత్యాలతో
భావ సౌందర్యాలతో
రాసిన పాటలను
ఏ రాగంలో కూర్చినా...
సాహిత్యానికి పరమానందం
సంగీతానికి అదొక తాదాత్మ్యం

ఆకుల రఘురామయ్య

త్యాగరాజస్వామియే అసూయపడేవాడేమో
శంకరాభరణంలోని పాటలు వినుంటే
అన్నమయ్యే ఆశ్చర్యపడేవాడేమో
తిరుమల స్వామిపై రాసిన
భక్తి పాటలు వినుంటే

ఆకుచాటు పిందె తడిసె
కోక మాటు పిల్ల తడిసెనని కవ్వించినా
తొలిసారి మిమ్మల్ని చూసింది
మొదలని ... విరహాన్ని ప్రదర్శించినా
ఈ దుర్యోధన దుశ్శాసన
దుర్వినీతి లోకంలోనని నిలదీసినా
రససిద్ధునికే సాధ్యమైనది

విభిన్న జోనర్లలో
ఐదు వేల పాటల మైలురాయిని దాటిన
ఆ కలం చేసిన పద విన్యాసం
అమృతతుల్యం అజరామరం

పాటలసిరి నుండి వచ్చిన
ప్రతి పల్లవీ
సినీ భారతికి ఓ పల్లకి
ప్రతి చరణం
శ్రీవాణికి కంఠాభరణం
ప్రతి పాటా
స్వరభారతికి వేసిన ముత్యాలపీట

జ్ఞాపకాల పొరల్లో

సినీ కళామతల్లికి
పాటల పదార్చన చేసిన
వేటూరి సుందర రామ్మూర్తి
భౌతికంగా దూరమైనా
గోదావరి గలగలలు
కృష్ణమ్మ బిరబిరలు
ఉన్నంత కాలం సజీవమే !!

జననం : 29-01-1936
మరణం : 22-05-2010

వేటూరి (వేటూరి సుందరరామమూర్తి)
"పాటలసిరి" కవితా సంకలనం 2016

అభ్యుదయ కవితా భీష్ముడు

కాలానికి కవిత్వం
కాపలా దీపమని నమ్మి
జీవితమంతా సాహిత్యానికి
కాపలా దీపమైనాడు

రాజకీయాల్లో
తిరుగుబాటు తత్వాన్ని
సామాజిక రచనల్లో
భావ కవితా ధారని
పలికించిన విలక్షణ మూర్తి

నైజాం రాబందు రెక్కలు
ఖండఖండాలుగా
నరికి పోగులు పెట్టడానికై
వజ్రాయుధం సంధించిన
సాహితీ యోధుడు

కష్టజీవికి
ముందూ వెనకా
నిలిచేవాడే కవి అన్న

జ్ఞాపకాల పొరల్లో

మహాకవి తీర్పుకు కట్టుబడి
తాడిత, పీడిత ప్రజానీకం పక్షాన
నిలబడి, నినదించిన
అభ్యుదయ కవితా భీష్ముడు

అభ్యుదయ
ఉద్యమంలోంచి ఊపిరిని
కవిత్వసృజనలోంచి
శక్తిని పీల్చుకున్న ధీరుడు

ఆచారాలకీ... ఆదేశాలకీ
కట్టుబడని నిర్భయత్వమే
అలంకారమైనదతనికి

పంచాక్షరీ అయిన
సోమసుందర్ పేరే
నా బిరుదన్న దిషణాహంకారి ఆయన

అంతరంగ
ప్రయాణ మార్గంలో కవితత్వాన్ని
అర్థం చేసుకోవడానికి
ఆయన కవిత్వమే
మనకు అక్షర సంకేతం

ఆకుల రఘురామయ్య

ప్రగతి శీల భావజాలంతో
సామ్యవాద లక్ష్యాన్ని
కవిత్వంలో రంగరించి
విశ్వవ్యాప్తం చేసిన అభ్యుదయకవి

దేహాన్ని
సత్క్రియతో గౌరవించి
అవయవదానం చేసి
తిరిగి ఉదయించిన సాహితీకిరణం అతడు

జననం : 18-11-1924

మరణం : 12-08-2016

అవత్స సోమసుందర్

సాహిత్య సంచారి

నువ్వు
ఆర్యుడవైతే నేమిటి?
ద్రావిడుడవైతే నేమిటి?
నీ వొంట్లో బహుళ జాతి
రక్తం ప్రవహిస్తున్నప్పుడని
ప్రశ్నించిన యదార్థవాది

గోదావరిలో నీళ్లు
దోసిట్లోకి తీసుకుంటే
నా ముఖం కనిపించలేదు.
వీరేశలింగం కనిపించాడన్న
చారిత్రక వారసత్వాన్ని
చాటి చెప్పిన ప్రజాకవి

సాహిత్యమే ప్రాణంగా
సాహితీ మిత్రులే ఆత్మీయులుగా
చిన్నా పెద్దా తేడా లేకుండా
స్నేహ హస్తం చాచిన అక్షర యోధుడు

ఆకుల రఘురామయ్య

గ్లోబలైజేషన్ తో
భారత సంస్కృతంతా అంతరిస్తూ
డాలర్ల సాంస్కృతికం విస్తరిస్తోందని
కలత చెందిన జాతీయవాది

ఓ ఐడియాలజీ దగ్గరో...
ఓ ఫిలాసఫీ దగ్గరో ఆగిపోని
నిరంతర చైతన్యశీలి
నిరంతర రచనాశీలి

ఆరు దశాబ్దాల
సాహిత్యయాత్రలో
సాహిత్యపు లోతులన్నీ
సాధికారిగా స్పర్శిస్తూ..
సభారంజకంగా ప్రసంగించే మాటకారి

కవిత్వమొక తీరని దాహమై
ఎత్తిన కలం దించకుండా
నూతన తరాల సాహిత్యానికై
సాహిత్య సంచారయ్యాడు

పదవులకోసం... బిరుదులకోసం...
ఆరాటపడని వ్యక్తిత్వమై
వ్యసనాలు... వ్యామోహాలు

దరికి రానివ్వని సంస్కారవంతుడు

ప్రగతి శీలతకు
ప్రతిభకు మారుపేరైన
అద్దేపల్లి మరణం
సాహిత్య ప్రపంచానికి దిగ్భ్రాంతే

అఖిలాంధ్ర కవుల అమృత హస్తమైన
సహృదయ సమీక్షకునికి
పురోగామి విమర్శకుడికి
మహనీయునికి.....
మహా మనిషికి..
నా అక్షరాశ్రు నీరాజనాలు

కాలం మీద
సంతకం చేసిన ఏకవికైనా
కాలం చేయడముండదు
ఇది అద్దేపల్లి రామమోహన రావుకీ చెల్లుతుంది

జననం : 06-09-1936

మరణం : 13-01-2016

అద్దేపల్లి(అద్దేపల్లి రామమోహన్రావు)
'అద్దేపల్లి' ప్రత్యేక సంచిక – 2016

KASTURI VIJAYAM

📞 00-91 95150 54998
KASTURIVIJAYAM@GMAIL.COM

SUPPORTS

- **PUBLISH YOUR BOOK AS YOUR OWN PUBLISHER.**

- **PAPERBACK & E-BOOK SELF-PUBLISHING**

- **SUPPORT PRINT ON-DEMAND.**

- **YOUR PRINTED BOOKS AVAILABLE AROUND THE WORLD.**

- **EASY TO MANAGE YOUR BOOK'S LOGISTICS AND TRACK YOUR REPORTING.**

www.ingramcontent.com/pod-product-compliance
Lightning Source LLC
LaVergne TN
LVHW032010070526
838202LV00059B/6386
* 9 7 8 8 1 9 6 6 1 1 6 9 9 *